കവിത

ആകാശംപോലെ

സബീഖ ഫൈസൽ

ഗ്രീൻ ബുക്സ്

green books private limited
gb building, civil lane road, ayyanthole,
thrissur- 680 003, kerala, ph: +91 487-2381066, 2381039
website: www.greenbooksindia.com
e-mail: info@greenbooksindia.com

branches:
thrissur 8589095302
thiruvananthapuram 8589095301
calicut 8589095307

malayalam
aakasampole
poem
by
sabeekha faisal

published september 2024

printed in india
manipal technologies ltd

isbn : 978-81-979420-2-0

GBPL/1382/2024

ആമുഖം

ഓർമ്മകളിലേക്ക് ചേർത്തുവെച്ചതിനെയൊക്കെയും കവിത എന്ന് വിളിക്കാനാണെനിക്കിഷ്ടം. അനന്തമായ ആകാശത്തിലേക്കുറ്റുനോക്കിക്കൊണ്ട് കുറിച്ചു വെയ്ക്കുന്ന തിനെയും കവിത എന്ന് വിളിക്കാമെന്ന് മഴത്തുള്ളികൾ ഭൂമിയോട് പിറുപിറുത്തുകൊണ്ടേയിരിക്കുന്നത് എനിക്ക് കേൾക്കാൻ കഴിയുന്നുണ്ട്. എത്രയെത്ര നോക്കിയിരു ന്നാലും കൗതുകം തീരാത്ത, നിറങ്ങൾ വറ്റാത്ത, തിളക്കം കുറയാത്ത, സ്നേഹമാണ് ആകാശമെന്ന് തോന്നിയപ്പോ ഴൊക്കെയും ഞാൻ ആകാശത്തെ മാത്രം സ്നേഹിച്ചു.

എന്തിനെയോ തിരഞ്ഞ് തിരഞ്ഞ് മറ്റെന്തോ ആയി ത്തീർന്ന കഥകളാണ് ജീവിതം മുഴുവൻ എന്ന് നാം അറിഞ്ഞുകൊണ്ടിരിക്കുന്നുണ്ട്. സ്നേഹിക്കപ്പെടുന്നു എന്ന ചിന്തയെ പോലും സ്നേഹിക്കാനാവാതെ കുത റുന്ന ചിലതുണ്ട്. മഴമേഘങ്ങളെ കാറ്റ് സ്പർശിക്കുമ്പോൾ സൂര്യൻ ചിരിക്കുന്നതുപോലെയാണതെന്ന് കാലമതിനെ അടയാളപ്പെടുത്തി വെയ്ക്കുമ്പോഴും ലക്ഷ്യങ്ങളോട് മാർഗ്ഗ ത്തെക്കുറിച്ച് കഥ പറയുന്ന ആകാശം കൺമുന്നിൽ കവിത യായി നിറഞ്ഞങ്ങനെ നിൽക്കും.

ഗൃഹാതുരത തുളുമ്പുന്ന അക്ഷരങ്ങളിൽ എന്നെ വരച്ചി ടാൻ ഞാനന്നേരമൊക്കെയും ധൃതി കാണിച്ചുകൊണ്ടേയി രുന്നു. പതിയെ പതിയെ ഞാനും ആകാശംപോലെയായി.

എത്ര എഴുതിയാലും കൊതി തീരാതെ, തിളക്കം കുറ യാതെ, നിറങ്ങൾ വറ്റാതെ, എന്റെയുള്ളിലുള്ള അക്ഷര ങ്ങളുടെ ആകാശം നിങ്ങളുടെ കണ്ണുകൾക്ക് മുമ്പിലിന്ന് താളുകളിൽ പിടഞ്ഞ് നിൽക്കുകയാണ്. ആ കണ്ണുകളി ലേക്ക് നോക്കിയിരിക്കേ എനിക്കുറപ്പുണ്ട് അവിടെയും ആകാശം തെളിയും.

അതെ, ഞാനത്രമേൽ ഞാനായിരിക്കുന്നു. ആകാശം പോലെ!

സബീഖഫൈസൽ

സമർപ്പണം

സ്നേഹിക്കപ്പെടുക എന്ന ഭാഗ്യമെന്നിലുണ്ടെന്ന്
ജീവിതത്തെ സ്നേഹിപ്പിച്ചുകൊണ്ടെന്നെയറിയിച്ചവന്...
പിന്നെയെന്നെ ഏതൊരു മഞ്ഞിലും
മഴയിലും വെയിലിലും പൊതിഞ്ഞുപിടിക്കുന്ന
എന്റെ മാതാപിതാക്കൾക്കും
ഗുരുനാഥന്മാർക്കും...

കവിതകൾ

ചിരിയും കരച്ചിലും

കവിത എഴുതാറുണ്ടല്ലേ?

"ഏയ്...
ഞാനെന്നോട്
തന്നെ സംസാരിക്കാറുണ്ട്."

എന്താ ഇത്രമാത്രം എഴുതാൻ?

"ഓഹ്...
ഭൂമിയുടെ അറ്റം കണ്ടിട്ടുണ്ടോ?"

എന്തിനാണെഴുതുന്നത്?

"അത്...
മഴ പെയ്യുന്നത് എന്തിനാണ്?"

എത്രത്തോളമെഴുതും?

"ഉം...
ആകാശത്തിന്റെ അരികുകളിൽ
വിരലെത്തുവോളം."

എഴുതിയില്ലെങ്കിലെന്താ?

"അതിപ്പോ...
നോക്കൂ. എനിക്ക് ശ്വാസമുണ്ടോ
ഹൃദയമിടിപ്പ് കേൾക്കുന്നുണ്ടോ."

കവിതകളോട് പ്രണയമാണല്ലേ?

"അല്ലാട്ടോ...
എനിക്ക് പ്രാണനാണ്."

എനിക്ക് ചിരി വരുന്നു

നിനക്ക് കരച്ചിലും?

മൗനം...
മൗനം... ■

തറവാട്ടിലേക്ക്

ഓർമ്മകളിൽ ഒരൂഞ്ഞാലാടുന്നുണ്ട്.
അവിടെ
ശൂന്യതയിൽ നിന്നൊരു കാറ്റ്
തലോടുന്നുണ്ട്.

ഓടിൻപുറത്ത് മഴ പെയ്യുന്ന
ശബ്ദം മനസ്സിനെ നനയിക്കുന്നുണ്ട്.
മാഞ്ചോട്ടിൽ നിന്നൊരു മുല്ല ചോദിച്ചപ്പോൾ
പറന്നകന്നൊരു പക്ഷിയുടെ
ചിറകടി കേൾക്കുന്നുണ്ട്.
കുന്നിക്കുരു പെറുക്കാൻ
ഉറുമ്പുകൾ കൂട്ടുവരുന്നുണ്ട്.
തെച്ചിപ്പഴം എന്നെ
ചെല്ലപ്പെട്ടിയിൽ കാത്തിരിപ്പുണ്ട്.
പുളിയൻ മാങ്ങ ഉപ്പു പുരട്ടി
വെയിൽ കാഞ്ഞിരിപ്പുണ്ട്.
ഭരണിയിലെ അച്ചാറിന്റെ എരുവിൽ
സ്നേഹത്തിന്റെ ചുവന്ന നിറം
പരക്കുന്നുണ്ട്.

അടുക്കളപ്പുകയിൽ കലങ്ങിയ
കണ്ണുകളെന്നോട് പുഞ്ചിരിക്കുന്നുണ്ട്.
ഉമ്മറത്തെ ചാരുകസേരയിൽ
വിശറി വിശ്രമിക്കുന്നുണ്ട്.

എഴുത്ത് മേശയ്ക്കരികെ
ഒരു വിളക്ക് മുനിഞ്ഞു കത്തുന്നുണ്ട്.
പുസ്തകങ്ങളുടെ മണമുള്ള മുറിയിൽ
അറിവിന്റെ ഭാരം പേറിയ കണ്ണട
ഉടഞ്ഞു കിടപ്പുണ്ട്.
നടുവകത്തെ ചില്ലലമാരിയിൽ
കഴിഞ്ഞ കാലത്തിന്റെ
പ്രൗഢി പൊടി പിടിച്ചിരിപ്പുണ്ട്.
ഇടനാഴിയിലെ ചുവരിലെ
ഘടികാരം ഇന്നും ഹൃദയമിടിപ്പിനോട്
മത്സരിക്കുന്നുണ്ട്.
വെറ്റിലനീര് മണക്കുന്ന ചുംബനം
നെറുകയിൽ തൊടുന്നുണ്ട്.

കിണറ്റുകരയിൽ മൗനം പേറിയിരിക്കുന്ന
തൊട്ടി കാക്കയോട് കണ്ണിറുക്കുന്നുണ്ട്.
സോപ്പിൻകാമരത്തിനു ചുവട്ടിലെ പ്രാണികൾ
മുമ്പത്തേക്കാൾ ചുവന്നിരിക്കുന്നു.
ഇരുചക്രവണ്ടിയിൽ തുരുമ്പ്
തൊട്ടു നോക്കിയിരിക്കുന്നു.
വൈകിപ്പോയി എന്നാവണം
പ്രാവുകൾ ദുർമുഖത്തോടെ
കുറുകി പറയുന്നുണ്ട്.
സ്നേഹിക്കാനാരുമില്ലെന്ന്
പരാതി പറഞ്ഞൊരപ്പൂപ്പൻതാടി
വീണ്ടും മുന്നിലേക്ക് പറന്നുവീണു.

വേലിച്ചെടികളിലെ വിളർത്ത പൂക്കൾ
നാണം കൊണ്ട് മുഖം താഴ്ത്തുന്നുണ്ട്.
മൈനകൾ തെങ്ങിൻപൊത്തിലെ
കൂട്ടിൽ തന്നെയുണ്ട്.
കുളം കലങ്ങാതെ
തെളിയാതെ കിടപ്പുണ്ട്.
വരാലിൻകുഞ്ഞുങ്ങളെ കാണാനേയില്ല.

പേരമരത്തിലെ കൊറ്റി ഒറ്റയ്ക്കിരിക്കുന്നുണ്ട്.
പടിപ്പുരയിലെ പൊത്തിനകത്ത്
ഒരു വാൽ നുഴഞ്ഞുകയറുന്നത്
വ്യക്തമായി ഞാനിന്നും കണ്ടു.

അകലെ അസ്തമിച്ചുകൊണ്ടിരിക്കുന്ന
സൂര്യൻ ചുവന്നു ചുവന്ന്
എന്നെ ഓർക്കാറുണ്ടത്രെ.
ഇലഞ്ഞിപ്പൂക്കൾ ഉതിർന്നുവീഴുന്ന
രാവുകളിൽ നിലാവ്
ഇന്നും എന്നെ കാണാൻ
വരാറുണ്ടത്രെ.

മണ്ണിലേക്ക് കുനിഞ്ഞുനോക്കി
ഞാൻ തിരഞ്ഞു
ഉണ്ട്...
ഇവിടെയൊക്കെ എന്റെ കുഞ്ഞു-
കാല്പാടുകൾ കാണുന്നുണ്ട്.
കളിവീടുണ്ടാക്കിയ കുഞ്ഞു-
കൈകളിൽ പുരണ്ട മണ്ണ്
ഇതുതന്നെ.

സ്വരങ്ങളില്ല
പിൻവിളികളില്ല
വെളിച്ചമില്ല
ഓർമ്മകൾ മാത്രം.
ഓ, എന്റെ ബാല്യമേ
തിരികെ വരാത്ത ആ കാലം
നീയെവിടെയാണ്
ഒളിപ്പിച്ചുവച്ചിരിക്കുന്നത്?
ലോകം തന്നെ
തറവാടായിരുന്ന ആ കാലം
ഇനിയാർക്ക് തിരികെ നൽകാനാവും?
വിതുമ്പലുകൾ മാത്രം

അലയടിക്കുന്നിവിടം
ഞാനൊന്നുകൂടി നോക്കി കാണട്ടെ
മഴയും മാമ്പൂവും മണ്ണും
തമ്മിലുരസുന്ന ഗന്ധം
ഞാനൊന്നുകൂടി ശ്വസിച്ചെടുത്തോട്ടെ.
കോവണിപ്പടിയിലെ ഓർമ്മകളിലെ
മഷിയിൽ വിരൽ മുക്കി
ഹൃദയത്തിലൊരു കവിതയെഴുതട്ടെ.

കാറ്റേ...
നീ മുല്ലവള്ളിയിൽ നിന്നൊരു
കൈക്കുടന്ന നിറയെ
പൂക്കൾ തരൂ.
മാവിൻക്കൊമ്പിലെ ശൂന്യതയിൽ
വസിക്കുന്ന ഊഞ്ഞാലേ,
ഞാൻ ഒന്നു കൂടിയിവിടെയിരുന്നൊരു
മൂളിപ്പാട്ട് പാടിയാടട്ടെ.
മരണമെന്നെ കൈ നീട്ടി
വിളിക്കുന്നതിനുംമുമ്പേ
ഞാനൊന്നുകൂടി പാടിയാടട്ടെ. ■

പകരം

നീയെന്നിൽ
പടർന്നിടത്തോളം
പറിച്ചെറിയുകയാണ്.

എന്നെക്കാൾ ബോധ്യമുണ്ടായിട്ടും
കാരണമെന്തെന്ന്
ചോദിക്കരുത്.

പകരം...

ഞാനത്രമേൽ
പിടഞ്ഞുവീണേക്കാവുന്ന
വേദനിപ്പിക്കുന്നൊരു
കുത്തുവാക്ക്
പറഞ്ഞേക്കൂ. ■

മൗനം

മരിച്ചു കഴിഞ്ഞാൽ
എന്റെ കാൽവിരലുകൾ
മുറുകെ കെട്ടിയിട്ടേക്കാൻ
പറയണം.
അല്ലെങ്കിൽ
ഞാനെണീറ്റിനിയും
മുടിവാരിച്ചുറ്റിക്കെട്ടി
അടുക്കളയിലേക്ക്
നടന്നു പോയേക്കും.

അറിയുമോ
അദ്ദേഹത്തിന് വിശന്നാൽ
മൗനം കൂടുതലാണ്.

മറ്റാരു വിളമ്പിയാലും
ആ വിശപ്പ് തീരില്ല. ■

ചിറക്

നിന്റെ ചിറകിനു കീഴെ പറന്നു
ശീലിച്ച
എന്നെ പൊടുന്നനെ
പെരുവഴിയിലാക്കി ഇന്ന്
നീയെന്തിനാണ് പറന്നകന്നത്?
ദുഃഖം കടിച്ചമർത്തി പതറി
ആദ്യമായി ഞാൻ തനിച്ചു
പറന്നു.

ചിറകുകൾ തളർന്ന
എന്റെ രൂപം
ഞാൻ താഴെ പുഴയിൽ കണ്ടു.
കരയാനോ പഴിക്കാനോ
പതം പറയാനോ തീരെ
അശക്തയായി മൗനം വിഴുങ്ങി
ഞാൻ കണ്ണുനീർ പൊഴിച്ചു.

അകലേക്ക് നോക്കിയപ്പോൾ
നീ തനിച്ചായിരുന്നില്ല
അതെന്നെ കുപിതയാക്കി.
ക്രൂരതയുടെ അർത്ഥം
എന്നെയറിയിച്ച നിന്നോട്
ആ നിമിഷത്തിൽ
ആദ്യമായി
വെറുത്തു പോയി

ആ വെറുപ്പിന്റെ ഉൾച്ചൂടിൽ
ഞാനൊന്നുയർന്നു പറന്നു.
കാറ്റിനെ പിന്നിലാക്കി.
കടലിനെ പിന്നിലാക്കി.
കൂടണഞ്ഞപ്പോൾ
നീ നമ്മുടെ തകർന്ന
കൂടിനരികെ ചിറക്
വിരിച്ച് നിൽക്കുന്നു.
താഴെ കുഞ്ഞുറങ്ങുന്നു.

അതെ...

നീ ചിറകാണ് പുരുഷാ
തണലിൽ വളരാൻ കൊതിക്കുന്ന
സ്ത്രീക്ക്.
നീ തന്നെയാണ് ചിറക്.
നീ തന്നെയാണ് പുരുഷൻ.
പൊട്ടിക്കരഞ്ഞുകൊണ്ട് ഞാൻ
നിന്നിലേക്കൂർന്നു വീണു.
ചിറകുരുമ്മിയിരുന്നുറങ്ങി. ■

വാവയുടെ പാവക്കുട്ടി

ആരെയെങ്കിലും സ്നേഹിച്ചിരുന്നോ?
ഇല്ല.
ആരെങ്കിലും സ്നേഹിച്ചിരുന്നോ?
ഇല്ല.
ഇപ്പോൾ?
അറിയില്ല.
പണ്ട്?
ഓർമ്മയില്ല.
ഓർത്തുനോക്ക്.
ഉണ്ട്... ഉണ്ട്...
എന്നേക്കാൾ മുമ്പ്
എന്റെ വീട്ടിൽ അതിഥിയായെത്തിയ
ഒന്നിനോട്...
ഒരു ചില്ല് കൂട്ടിനിരുപുറവുമിരുന്ന്
മിണ്ടിയ ഒന്നിനോട്...
ഉമ്മിയുടെ കണ്ണ്
വെട്ടിച്ചപ്പോഴൊക്കെയോ
വിരലിൽ തൊട്ട
നെറുകിലുമ്മ വെച്ച
ഒന്നിനോട്...
ഒന്ന് ലാളിക്കാൻ
കയ്യിലെടുക്കാൻ കൊതിക്കുമ്പോഴൊക്കെ

പാഠപുസ്തകവും പരീക്ഷയും
മുന്നിലേക്കിട്ട് ഉമ്മി പറയും
വേനലവധിയാവട്ടെ,
വേനലവധികളിൽ പറയും
നീ കുറച്ചുകൂടി വളരട്ടെ.
കയ്ക്കുന്ന കണ്ണീര്
അകത്ത് വിഴുങ്ങി
"നമുക്ക് സ്നേഹിക്കാൻ വിധിയില്ല"യെന്ന്
ഞാൻ പതിയെ പിറുപിറുത്ത
ഒന്നിനോട്...
പുതിയ ഉടുപ്പിടുമ്പോൾ
നിന്റെയത്ര ഭംഗി എനിക്കില്ലെന്ന്
ഞാൻ ചിരിച്ചു പറഞ്ഞ
ഒന്നിനോട്...
എന്റെയുടുപ്പും
അനിയത്തിയുടെയുടുപ്പും
അനിയന്റെയുടുപ്പും
മാറിമാറിയിട്ട് കൊടുത്ത്
ഉമ്മി ഇടയ്ക്കിടെ
കൊഞ്ചിച്ച ഒരുവളോട്...
ഞാൻ ഋതുമതിയായപ്പോൾ
എന്റെ ഉമ്മി പുഞ്ചിരിയോടെ
വിരലിൽ മോതിരമിട്ടു കൊടുത്ത
ഒരുവളോട്...
എന്റെ ഓരോ കവിതകളുടെയും
ആദ്യ കേൾവിക്കാരിയായ
ഒരുവളോട്...
വിവാഹത്തലേന്ന് ഞാനിനി
നിന്നോട് മിണ്ടാൻ വരില്ലെന്ന്
നിറമിഴിയോടെ ചൊല്ലിയപ്പോൾ
വിഷാദത്തോടെ എന്നെ നോക്കി
നിന്ന ഒരുവളോട്...
പിന്നെ...

എന്റെ ആദ്യത്തെ കുഞ്ഞിന്റെ
കരിവള എന്റെ കണ്ണുവെട്ടിച്ചെടുത്ത്
അവളുടെ കൈകളിൽ അണിയിച്ച
എന്റെ ഉമ്മിയോടും...

എന്റെ കുഞ്ഞുങ്ങളുടെ പാവകളെ
ചില്ലുകൂട്ടിൽ പൂട്ടിയിടാതെ
കുഞ്ഞുങ്ങൾ കുഞ്ഞുങ്ങളായി
വളരട്ടെ എന്ന് ശബ്ദിക്കുമ്പോഴും
ഒരു വിളിപ്പേരുപോലുമില്ലാതെ
ചില്ല് കൂട്ടിൽ എന്നോട്
കണ്ണ് ചിമ്മാതെ
നോക്കിനിന്നവളെ
ഞാൻ വ്യസനത്തോടെ ഓർത്തു
കൊണ്ടേയിരുന്നു.

എന്നിട്ടും...
എന്നെക്കാൾ പാവയ്ക്കറിയാം
ഞാനുമ്മിയുടെ വാവയാണെന്നും
അവൾ വെറുമൊരു പാവയാണെന്നും ചൊല്ലി
എന്നെയവളെത്രമാത്രം
സമാധാനിപ്പിച്ചിട്ടുണ്ടെന്നോ.

തിരികെ ലഭിക്കാത്ത
ആ ബാല്യം മുഴുവൻ
അവളിലൂടെ
ഇന്നെന്റെ ഉമ്മിയുടെ കൂടെയുണ്ട്
എന്നോർക്കുമ്പോൾ എനിക്കെന്ത്
ആശ്വാസമാണെന്നോ...
അവളെ വാങ്ങുന്നതിന് മുമ്പ്
ഞാനെന്റെ ഉമ്മിയുടെ ഉദരത്തിൽ
ചലിക്കുന്നതിനും മുമ്പ്
അവളോട് കൈനീട്ടി നിൽക്കുന്ന
ചിത്രത്തിലുണ്ട്
എന്നോടവർക്കുള്ള കരുതൽ.

എന്റെ വരികളുടെ
തെളിച്ചത്തിന്റെ നോവ് തന്നത്
ആ ചില്ലുകൂടായിരുന്നെന്നും
ചിലപ്പോഴൊക്കെ ആ പാവയായിരുന്നെന്നും
ഇന്ന് ഞാൻ തിരിച്ചറിയുന്നുണ്ട്.
ഓർമ്മകളുടെ തേനീച്ചക്കൂട്
ഇളക്കിയെറിയാനുള്ള കല്ലും
ഇവളാണെന്ന്
ചിരിയോടെ ഞാനറിയുന്നുണ്ട്.

എത്രയെത്ര ഞാൻ വലുതായാലും
മാതാപിതാക്കളുടെ ഓർമ്മയിൽ
ഞാനെത്ര ചെറുതാണന്നും
അവരിപ്പോഴും ചെറുപ്പമാണെന്നും
എന്റെ വീട്ടിലെ
ആ ചില്ലുകൂട് ഉറക്കെ
പറഞ്ഞുകൊണ്ടേയിരിക്കുന്നു.
ഉണ്ട്.
ഞാൻ സ്നേഹിക്കപ്പെട്ടിട്ടുണ്ട്.
സ്നേഹിച്ചതിനേക്കാൾ...
പേര് പോലുമില്ലാതെ
എന്നോട് കണ്ണ് ചിമ്മുന്ന
ഇവളാൽ
എന്റെ മാത്രം മേൽവിലാസമുള്ള
ഈ പാവക്കുട്ടിയാൽ.

അന്ന്...
ഇന്ന്...
ഇനിയെന്നും. ■

ആകാശംപോലെ

എന്നെ കാണുമ്പോഴുള്ള ഞാനല്ല
എന്നെ വായിക്കുമ്പോൾ
എന്ന് അതിശയം പറയുന്നവരോട്
ആകാശത്തേക്ക് വിരൽ ചൂണ്ടി
പറഞ്ഞു കൊടുക്കുന്നുണ്ടിനി ഞാൻ.

അതെ,
ഞാനാകാശം പോലെയാണ്
സ്ഥിരതയില്ലെങ്കിലും
കടമകൾ മറക്കാതെ
നിറവേറ്റുന്ന ആകാശം പോലെ.

തെളിഞ്ഞും നിറഞ്ഞും
ചുവന്നും ഇരുണ്ടു മൂടിയും
നരച്ചും നീലിച്ചും
സൂര്യനെയും നക്ഷത്രങ്ങളേയും
നിലാവിനേയും മേഘങ്ങളേയും
മടുക്കാതെ ചുമന്ന്.

"അതെ...
ഞാനാകാശത്തെപോലെയാണ്."

എപ്പോൾ പെയ്യുമെന്നറിയാത്ത
വേദനകളുടെ മഴയുണ്ടെന്നിൽ.
എത്രയൊളിപ്പിച്ചു വെച്ചാലും
ഏഴഴകിൽ തെളിയുന്നൊരു
പ്രണയമഴവില്ലുമുണ്ട്.

കോപത്തിന്റെ
മിന്നൽപ്പിണരുകളും
ഇടിമുഴക്കങ്ങളുമുണ്ടവിടെ.
ശാന്തമായ സ്നേഹത്തിന്റെ
ഉദയാസ്തമയങ്ങളുമുണ്ട്.
ക്രൂരമായ വെയിലും.
പേടിപ്പിക്കുന്ന ഇരുട്ടും
മേഘങ്ങളാൽ
കവിതയെഴുതുന്ന
കാറ്റുമുണ്ടവിടെ.
അതെ..,
ഞാൻ അതിശയങ്ങളുടെ
ആകാശം പോലെയാണ്.

ഭൂമിയോടുള്ള
വിരഹവും പ്രണയവും
ഹൃദയത്തിൽ പേറി
സമുദ്രത്തെ ചുംബിക്കുന്ന
ആകാശം പോലെ.
മരണത്തിനോടുള്ള
വെറും സ്നേഹം
മനസ്സിൽപേറി
ജീവിതത്തെ പുണരുന്ന എനിക്ക്
അമിതാഭിനയങ്ങളില്ലാതെയുള്ള
നിങ്ങളുടെയൊക്കെ
വെറും സ്നേഹം മാത്രം മതി.
വെറും സ്നേഹം മാത്രം മതി.
എന്നെ കാണുമ്പോഴുള്ള
ഞാൻ പിന്നെ...
എന്നെ വായിക്കുമ്പോഴുള്ള
ഞാനല്ലാതെ ജീവിക്കാനത്
മാത്രം മതി.

"അതെ...
ഞാൻ ആകാശംപോലെയാണ്." ■

ചുംബനങ്ങൾ

"രാധേ...
ഇനി നമുക്ക്
ആകാശത്തെക്കുറിച്ച് പറയാം."

"ഇനിയും എന്ത് പറയാൻ?"

"ആദ്യം നീയെന്നെയൊന്ന്
ചുംബിക്കുമോ?"

"കണ്ണാ...
ആകാശത്ത് ഇത്രമാത്രം
ചുംബനങ്ങളുണ്ടോ?"

"ആ കാണുന്ന
നീലവർണ്ണം മുഴുവൻ
നിനക്കായുള്ള
എന്റെ ചുംബനങ്ങളാണ്."

"ഓഹോ..."

"നീ വരൂ.
ഏറ്റവും സമാധാനമുള്ള
ഒരിടം കാണിച്ചുതരാം.
അവിടം
കല്ലുകൊണ്ടതിരു കെട്ടിയിട്ടുണ്ട്
അതിനുചുറ്റും പൂക്കളാണ്.
സമാധാനത്തിന്റെ പൂക്കൾ.

വരുന്നില്ലെന്ന്
നീ മറുപടി പറഞ്ഞു
തുടങ്ങുമ്പോഴേ
എന്നെ മുറുക്കി
പിടിച്ചേക്കണേട്ടോ.
എന്റെ എല്ലാ വേദനയും
മറന്നു പോകാനാണ്."

"എന്താ ഇത്ര വേദന?"

"നീ എന്നിൽനിന്നും
നിരന്തരം
വേർപ്പെട്ടുപോകുമ്പോൾ
എനിക്ക് വേദനയല്ലാതെ
മറ്റെന്താണുണ്ടാവുക?
വേദനയുടെ മുൾക്കൂമ്പാരം.
വേദനയുടെ മുൾക്കൂമ്പാരം."

"ഈ കണ്ണന്റെ ഒരു കഥ."

"സത്യമാണ് രാധേ
കുറേ നാളുകളായി
എന്റെ നെഞ്ചിൽ
അണകെട്ടി നിൽക്കുന്ന
സങ്കടമതേയുണ്ടാവൂ.
നീയതെന്നോട്
ചെയ്തതെന്തിനെന്ന്
കരഞ്ഞു തീരുമ്പോൾ.
എല്ലാം ശരിയാവുമായിരിക്കും.
എന്നിരുന്നാലും
മനസ്സുകൊണ്ടെങ്കിലും
ഇഷ്ടമാണെന്ന്
ഒന്നുകൂടി പറയുമോ."

എത്രമേലിഷ്ടമാണെന്നോ."

"ഓ, എന്റെ പ്രണയമേ
എത്രമാത്രം ഞാൻ തകർന്ന്
പോയിരുന്നവനാണെന്ന്
എന്റെ കണ്ണുകളിൽ നിന്നവൾക്ക്
നീ വായിച്ചു കൊടുത്തല്ലോ."
"രാധേ...
ഞാനിപ്പോൾ
ആകാശത്തിന്റെ ഏതോ
പാളികൾക്കുള്ളിലാണ്
ഇവിടം മുഴുവൻ
നിനക്കെന്നോടുള്ള ഇഷ്ടം
എത്ര മനോഹരമായിട്ടാണ്
ഓരോ നക്ഷത്രങ്ങളിലും
അടയാളപ്പെടുത്തിയിരിക്കുന്നത്.
നീ നിന്റെ
വിരലൊന്നു നീട്ട്.
എന്റെ പുല്ലാങ്കുഴലാണത്
എന്റേതാണത്.
ഞാൻ അഹങ്കരിക്കും
എനിക്കേ അതിനവകാശമുള്ളൂ.
നീ വാ."

"എങ്ങോട്ട്?"

"എന്റെ ഇടതു കൈത്തണ്ടയിലേക്ക്.
ഇവിടെ
ദുഃഖം, പേടി,
പരിഭവം, വിഷമം, രോഗം..
ഒന്നുമേയില്ല.
നിന്നിൽ എന്റെ ഇഷ്ടമുള്ളിടമായ
നിന്റെ മുടിയിഴകളിലെ
സ്വർഗ്ഗത്തെ ഞാൻ
വാസനിച്ചുറങ്ങുന്നതിനു മുമ്പ്.

നിനക്കെന്നിൽ
ഇഷ്ടമുള്ളിടമേതെന്ന് പറയൂ.

പറയട്ടെ?"

"പറയൂ."

"നിറയെ പീലിയുള്ള
പരിഭവങ്ങൾ തോരാത്ത
ഈ കണ്ണുകൾ."

"പിന്നെ?"

"പിന്നെയും അതാണ്."

"എന്നിട്ടും?"

"എന്നിട്ടും അതാണ്."

"എന്നിട്ടും?"

"ഉം... എന്നിട്ടും..."

"കണ്ണാ...
നമ്മൾ ഇനിയും
ആകാശത്തെക്കുറിച്ച്
പറഞ്ഞേയില്ലല്ലോ?" ■

പാത്തോളുമ്മ

ശേഖരിച്ച
തെച്ചിക്കായ്കൾ
ചെല്ലപ്പെട്ടിയിൽ
ചുണ്ണാമ്പ് തൊട്ട്
നീറുമ്പോഴേക്കും
ഞാനിനിയുമെത്താമെന്ന
നീണ്ട ചുംബനം നൽകി
യാത്രയോതുമ്പോൾ....

നീയെന്നെ തൊടുമ്പോഴൊക്കെയും
ഞാനെന്നെയാണ് തൊട്ടതെന്ന
ജലരേഖ കണ്ണിൽ നിറച്ചുകൊണ്ട്
നില തെറ്റിയ മിടിപ്പുകൾ
തസ്ബീഹ്[1] മണികളോട്
വിരലുതൊട്ട് പറഞ്ഞു തീർക്കുന്നുണ്ട്
എന്റെ പാത്തോളുമ്മ. ■

1. തസ്ബീഹ് = ജപമാല

പ്രവാസി

ഏതുറക്കിലും കാതിൽ
രണ്ടിരമ്പലുകളേ
പ്രവാസിക്കുള്ളൂ.
തിരിച്ചു വരുന്നതിന്റെയും,
തിരികെ പോകുന്നതിന്റെയും.

പ്രയാസങ്ങളേറെയുണ്ടായിട്ടും
പ്രസന്നത തിളങ്ങുന്ന
മുഖമൊരുക്കാൻ
പ്രവാസിക്കേ കഴിയൂ.
തടവിലായവന്റെ സൗഭാഗ്യങ്ങളെണ്ണാൻ
നാട്ടിലൊരുമാസത്തേക്കൊരു
വിലസുണ്ട്.
സ്നേഹിക്കാനും സ്നേഹിക്കപ്പെടാനും
നിന്ന് കൊടുത്ത്
പിന്നെയുമൊരു പറക്കലാണ്.

ആശിച്ചതുണ്ണാതെ
ആഗ്രഹിച്ചുറങ്ങാതെ
പിന്നെയൊരു കാലമാണ്
എങ്കിലും...
ആരോടും പരാതി പറയില്ല.
അവസാനിക്കാത്ത ആവശ്യങ്ങൾ
നിറവേറ്റാൻ എടുത്തുചാടിയതാണ്.
കരയില്ല.

അറബി പൊന്നിന്റെ
കത്തുന്ന ചൂടേറ്റ്
കരുത്തുറച്ചു പോയി.
പക്ഷേ...
ചില രാത്രികളിൽ
അമ്മയുടെ ഗന്ധമേറ്റുണർന്നിട്ട്
നെഞ്ച് തകർന്ന്
പൊട്ടിക്കരഞ്ഞു പോവാറുണ്ട്.
ഭാഷയറിയാത്ത, ദേശമറിയാത്ത
സഹവാസിയപ്പോൾ
ഒപ്പം വിതുമ്പിക്കരഞ്ഞുകൊണ്ട്
കാരണംപോലും ചോദിക്കാതെ
സമാധാനിപ്പിക്കും.
ഇവിടെ സൗഹൃദങ്ങളാണ് പൊന്നെന്ന്
അന്ന് ചങ്കിൽ കുറിച്ചുവെയ്ക്കും.
ഉരുകിയിറങ്ങുമ്പോഴും
കാൽക്കീഴിലുറയുന്ന
മെഴുകുതിരിയാവുന്നത്
നിങ്ങൾക്ക് വേണ്ടി കൂടിയാണ്
എന്നിട്ടും...
എപ്പോഴൊക്കെയോ നാടുംവീടും
ഞങ്ങളെ തള്ളിപ്പറയുന്നുണ്ട്.
കേട്ടില്ലെന്ന് നടിക്കാനേ
ഞങ്ങൾക്ക് കഴിയൂ.
കാരണം... ജീവനോടെ
തിരികെയിറങ്ങുന്ന ഇരമ്പുന്ന
മാത്രമേ
ഞങ്ങൾ സ്വപ്നം കാണാറുള്ളൂ.

അറിയുമോ?
ആകാശവും മേഘവും കണ്ട്
താഴെ നീലക്കടൽ കണ്ട്
പണത്തിന്റെ ചിറകിൽ
പറക്കുമ്പോൾ

പെറ്റുമ്മയേക്കാൾ
പിറന്ന നാടിനെയാണ്
കൂടുതൽ ഓർക്കുകയെന്ന്.

സ്നേഹത്തോടെ ഓർത്തില്ലെങ്കിലും
എപ്പോഴെങ്കിലും പ്രാർത്ഥിക്കണം
ഇരമ്പലുകൾക്കിടയിൽ ഒത്തിരി
സമാധാനം പ്രവാസികൾക്കുണ്ടാവണേയെന്ന്
മധുരം നിറച്ച പെട്ടിയുമായി മാത്രം
ഞങ്ങളെ നാട്ടിലേക്കെത്തിക്കണേയെന്ന്.
കാരണം...
ഞങ്ങൾക്ക് നിർബന്ധമുണ്ട്
നിങ്ങളുടെ കണ്ണുകൾ നിറയരുതെന്ന്.

അകലെ ഇരമ്പൽ കേൾക്കുന്നുണ്ട്.
തിരിച്ചു വരുന്നതോ
അതോ
തിരികെ പോകുന്നതോ? ■

ഇടവഴികൾ

വാക്കുകൾ കൊണ്ടും
ചിരികൾ കൊണ്ടും
ചിരപരിചിതമായ
ചില വഴികളുണ്ടായിരുന്നു
അവൾക്ക്.

എന്നെന്നും
മനസ്സിലോർത്തുവെയ്ക്കാൻ
കുളക്കരയും
മദ്രസപ്പടിയും, സ്കൂൾ മുറ്റവും
കടന്നെത്തുന്ന
ചില ചിരികളുണ്ടായിരുന്നു
അവൾക്ക്.

ഗന്ധരാജപ്പൂവ് മണക്കുന്ന
മുറ്റത്ത്
വലിയ കറുത്ത ഒരു പാമ്പ്
നിരാശയോടെ
ഇഴഞ്ഞു പോകുന്നത്
ചെമ്പരത്തിപ്പൂവുകൾക്കിടയിലൂടെ
നൊമ്പരത്തോടെ നോക്കുന്ന
മിഴികളുണ്ടായിരുന്നു അവൾക്ക്.

ചന്ദനഗന്ധമുയരുന്ന
അന്തിനേരത്ത്
നമസ്കാരക്കുപ്പായമണിഞ്ഞവൾ
ജനലിലൂടെ

അമ്പലവിളക്കുകളിലേക്ക്
കൗതുകത്തോടെ
നോക്കിയിരിക്കുമ്പോൾ
പടിഞ്ഞാറൻകാറ്റവളുടെ
കവിളിൽ
ഉമ്മവെച്ചിരുന്നത്രെ.

രാത്രികളിൽ
മരപ്പട്ടികൾ ഭീതിയുടെ
ശബ്ദമുയർത്തുമ്പോൾ
മതിലിനപ്പുറത്തെ
ഒഴിഞ്ഞ വീട്ടിലെ
ഇരുമ്പൻപുളിപ്പൂവുകൾ
വായിലിട്ട് ചവച്ച്
ചുവപ്പു തുപ്പിയവൾ
യക്ഷിയായി കളിക്കും.

ഉച്ചവെയിലിൽ
മാവിൻ കൊമ്പിലെയൊഴിഞ്ഞ
ഊഞ്ഞാലിനെ
ഉയരത്തിലേക്ക്
ആട്ടിയെറിഞ്ഞുകൊണ്ട്
കരിവേപ്പില കയ്പ്പുള്ള
ചുണ്ട് കോട്ടി ആകാശത്തെ
കൊഞ്ഞനം കുത്താനവൾ
ഒരിക്കലും മറന്നിരുന്നില്ല.

അമ്പലക്കുളത്തിലെ
കുഞ്ഞൻമീനുകളെ
മണിക്കൂറുകളോളം
വ്യസനത്തോടെ നോക്കിയിരുന്ന്
കണ്ണു കഴയ്ക്കുമ്പോൾ
കുളത്തിലേക്ക്
നിഴൽ വീഴ്ത്തി പറക്കുന്ന
ആശാരിപ്പട്ടങ്ങളെ മിഴിച്ചുനോക്കി
അവൾ മലർന്നടിച്ചു വീണിരുന്നു.

ചാഞ്ഞു കിടക്കുന്ന
കൂവളത്തിലേക്ക് ഓടിക്കയറി
കൂവളക്കായ്കൾ രുചിച്ച്
തരിച്ച നാവാൽ
സ്കൂളിലെ ചുവരിൽ തൂക്കിയിട്ട
യേശുവിന്റെ ചിത്രത്തെ
മനസ്സിലോർത്ത്
പതുക്കെ പാട്ടുകൾ
പാടാറുണ്ടായിരുന്നവൾ.

നെല്ലിപ്പുളികൾ ഉതിർന്നു വീഴുന്ന
വിറകുപുരയ്ക്ക് മീതെ നിന്ന്
ചാറ്റൽ മഴ കൊണ്ട് നിൽക്കേ
ചിറ്റും വളയും കിലുക്കി
വുളു ചെയുന്ന
ദെയ്നുമ്മയെ
സ്നേഹത്തോടെയവൾ
ചെരിഞ്ഞു നോക്കിയിരിക്കും.

കൂർക്കയും മഞ്ഞളും ചിരിക്കുന്ന
വഴിപ്പറമ്പിൽ
ലാങ്കിലാങ്കിപ്പൂക്കൾ
ഉതിർന്നുവീണു
കൊണ്ടേയിരിക്കും
ആ ഗന്ധം ശ്വസിച്ച്
കൂട്ടുകാരിയെ
അക്ഷമയോടെ കാത്ത്
കശുമാവിൻ
കൊമ്പിലിരിക്കുമ്പോൾ
കലപില വെച്ച് ഒരു കല്ല്യാണക്കൂട്ടം
ആ വഴി കടന്നു പോകുന്നതവൾ
നടുക്കത്തോടെ വീക്ഷിച്ചിരുന്നു.
അവധി ദിനങ്ങളിൽ
ബദാം കായ്കൾ

കല്ലിലടിച്ചു പൊട്ടിച്ച്
പരിപ്പ് പങ്കുവെച്ച്
സൗഹൃദങ്ങൾ നുണഞ്ഞിരുന്നു
അവളന്നൊക്കെ.

നീളൻ തോട്ടുവരമ്പിലെ
ഒറ്റത്തടിപ്പാലങ്ങളിലിരുന്ന് അകലെ
നിന്നൊഴുകിവരുന്ന വയലറ്റ്
നിറമുള്ള കുളവാഴപ്പൂക്കളെ
പ്രണയത്തോടെ
വിടർന്ന കണ്ണുകളോടെ
അവൾ നോക്കിയിരുന്നിരുന്നു.

നിനച്ചിരിക്കാതെ
ഒട്ടും ആഗ്രഹിക്കാതെ
അവളങ്ങ് വളർന്നു.

പാറി നടന്നിരുന്നവൾ
പാവമവൾ
പിന്നെ ഇടവഴികളിലൂടെ
നിശ്ശബ്ദം
ഒതുങ്ങി നടക്കാൻ ശീലിച്ചു.
വേലിക്കരുകിലെ
പൂക്കളെ നോക്കാതെ
പൂമ്പാറ്റകളെ നോക്കാതെ
ആ ശീലങ്ങളും അവളോടൊപ്പം
വളർന്നു.

കൊത്തിയിട്ട
പേരയ്ക്കായ്കളുടെ
കണക്ക് ചോദിച്ച്
അവൾ തത്തകളുടെ പിറകെ
പിന്നെ പോയിട്ടേയില്ല.
മഞ്ഞതലെന്തപ്പഴം
ചോദിച്ചവൾ
കൂട്ടുകാരോട് പിണങ്ങിയില്ല.

മാവിൻ മറയിലിരുന്ന് പാടുന്ന
കുയിലിനെ പിന്നെയവൾ പാടി
തോല്പിച്ചതേയില്ല.

ചുവന്നയെറുമ്പിൻ കൂട്ടത്തിൽ
പാദസരങ്ങൾ അഴിച്ചുവെച്ച്
അവൾ പിന്നെ നിശ്ശബ്ദയായി.
ആകാശം വരയ്ക്കുന്ന
മേഘചിത്രങ്ങളുടെ
മായക്കാഴ്ച്ചകളോട് പുരപ്പുറത്ത്
മലർന്നു കിടന്ന് നോക്കി
അവൾ അവളുടെ ബാല്യത്തെ
തോല്പിച്ചു കളഞ്ഞു.

ഇടവഴികളിൽ ഒറ്റയ്ക്കായി
പോയെന്ന്
വളർത്തുപൂച്ചയോടവൾ
വിതുമ്പി പറഞ്ഞു.
തനിയെ നടക്കുമ്പോഴും
കൂടെ വരുന്ന നിഴലിനോടുപോലും
അപരിചിതമായ
നോട്ടം മാത്രമവൾ
സമ്മാനിച്ചു.

ചിരി മറന്നുപോയവളുടെ
മുടിയിഴകളിൽ കാറ്റ്
മുള്ളമുള്ളുകൾ
കൊണ്ടെത്തിപ്പിടിച്ചു തലോടി.
നുറുങ്ങുന്ന
മൗനം ശ്വസിച്ച് നടന്ന
ജീവിതത്തിൽനിന്നും
ഇടവഴികൾ അവളിൽ നിന്ന്
പൊടുന്നനെ ഇറങ്ങിപ്പോയി.

ഇടവഴികൾ അവസാനിച്ചിടത്ത് വെച്ച്
അവളും അവസാനിച്ചുവെന്നവൾ
കാലങ്ങൾക്കുശേഷമാണറിഞ്ഞത്.

എന്നിട്ടും...
മഞ്ഞും മഴയും വെയിലും കൊണ്ട്
ഒട്ടും പരിഭവമില്ലാതെ
ഇടവഴികളിലെ
കൃഷ്ണകിരീടപ്പൂക്കൾ അവളെയും
കാത്തുകാത്തിരുന്നുവത്രേ.

തിരക്കുള്ള വഴികളിലലഞ്ഞ്
തിളയ്ക്കുന്ന വെയിൽ
വഴികളിലലിഞ്ഞ്
കാലം കടന്നു പോകവേ.
ഓർമ്മകളിൽ നിന്നും മുറിവേല്പിക്കാതെ
വലിച്ചെടുത്ത ഇടവഴികളുടെ ഗന്ധങ്ങൾ
അവൾ മനസ്സിന്റെ തണുത്ത
അറകളിലേക്ക് നീക്കിവെച്ചു.

വാക്കുകൾകൊണ്ടും
വരികൾകൊണ്ടും അവൾ
അവളെക്കുറിച്ചിടുന്നിടത്തൊക്കെ
പിച്ചകപ്പൂനിറമുള്ള
ഓർമ്മച്ചിത്രങ്ങൾ ഇന്നും
മറക്കാതെ വരച്ചിടാറുണ്ടത്രെ. ■

മറുമൊഴി

ചിലപ്പോഴെങ്കിലും
ചിത്രശലഭങ്ങളുടെ
ചിറകടി ശബ്ദത്തിന്
കാതോർക്കുക.

നിന്റെ
വാചാലതയോടുള്ള
എന്റെ മറുമൊഴിയാണത്. ■

കവിത

നീ വായിച്ചു തീരുംവരെ
ഞാനൊരു കവിതയാണ്
നീ വായിച്ചു തീരുംവരെ
മാത്രം.

അതുകഴിഞ്ഞ്
നീയാണെന്റെ കവിത. ■

സ്നേഹച്ചരട്

വലിക്കുമ്പോൾ
മുറുകുന്ന കുരുക്ക്
പോലെയാണ്
നിന്നോടെനിക്കുള്ള സ്നേഹം.

നീയത്
വലത്തോട്ട് വലിച്ചു നോക്കൂ.
മുറുകും.
ഇടത്തോട്ട് വലിച്ചുനോക്കൂ.
മുറുകും.

അതുപോലെ
നീ ഇണങ്ങിയാലും
നീയെന്നോട് പിണങ്ങിയാലും
അത് മുറുകിക്കൊണ്ടേയിരിക്കും.

നമ്മുടെ ഹൃദയങ്ങളെ
കൂട്ടിയിണക്കുന്ന
സ്നേഹമെന്ന ചരട്
ഇനിയുംവലിഞ്ഞുമുറുകി
കൊണ്ടേയിരിക്കുന്നു.

“ഓ ആയിഷാ...” ■

പെണ്ണ്

കരുത്തല്ല
കരുതലിന്റെ
ഉൾക്കരുത്താണവൾ.
മിണ്ടില്ലെന്ന് ചൊല്ലി മിണ്ടും...
കരയില്ലെന്ന് ചൊല്ലി കരയും...
കാണില്ലെന്ന് ചൊല്ലി നോക്കും..
ഒരാണിന്റെ, ഒരായുസ്സിന്റെ...
ഉൾക്കരുത്താണവൾ...
ഒരു പെണ്ണിന്റെ
കണ്ണാടിയുമാണവൾ

ആദം ചൊല്ലി.. ആദ്യം ചൊല്ലി...
"അവളില്ലാതെ എനിക്ക് വയ്യ."
ആരോ ചൊല്ലി
ഇപ്പോൾ ചൊല്ലി
"അവളില്ലാതെ എനിക്ക് വയ്യ."

അടുക്കളയിലും അരങ്ങിലും
മലയിലും മണ്ണിലും
തീപാറുന്ന നോക്കാലേ
തേനൊഴുകുന്ന വാക്കാലേ
മഞ്ഞുരുകുന്ന മനസ്സാലേ
പെണ്ണ്
മനസ്സിൽ കത്തിനിൽക്കും.

പരാതിയായും
ആധിയായും
പരിഭവമായും
പ്രകോപനമായും
പ്രാക്കായും
അതങ്ങനെ നിന്ന് കത്തും.

ചിരിക്കുമ്പോഴും
കരഞ്ഞുകൊണ്ട്
മുള്ളുവാക്കുകൾക്കിടയിൽ
പനിനീർപ്പൂവിനെ ഓർമിപ്പിച്ചുകൊണ്ട്
ഒരു നോക്കുകൊണ്ട്
സന്താപക്കടലിനെ ഒപ്പിയെടുത്ത്
ഒരു വാക്കുകൊണ്ട്
ജീവിതവസന്തം തീർത്തുകൊണ്ട്
ജീവിച്ചും ജീവിപ്പിച്ചും മതിവരാതെ
ജീവനെയും ചാരി നിന്ന്
പെണ്ണ്...

അമ്മയായും പെങ്ങളായും
കൂട്ടുകാരിയായും ഇണയായും
മകളായും മാന്യതയായും
ആവർത്തിച്ചുകൊണ്ടേയിരിക്കുന്ന
അതിശയശബ്ദമായി.
മാതൃഗന്ധമായി
അവളിങ്ങനെ അണയാതെ
നിൽക്കും
ഈ ഭൂമിയുള്ളിടത്തോളം വരെ. ■

നേര്

"**നോ**ക്കൂ.
എനിക്കിനി
കവിതയെഴുതാൻ വയ്യ
കവിത പറയാനും."

നിനക്കതിന് കഴിയുമോ?

"എന്തുകൊണ്ടില്ല?
ഈ കുളം നിറയെ ഇലത്തണ്ടുകളാണ്
ആ ഇലകളെ മുറിവേൽപ്പിക്കാതെ
എനിക്കൊരാമ്പൽപ്പൂ പറിച്ചു താ.
പൂ മാത്രം പോരാട്ടോ
തണ്ടോടുകൂടി മുഴുവൻ വേണം
വേഗം."

മാല കെട്ടാനാണോ...?

"അതെ...
പൊക്കിൾക്കൊടി മുറിഞ്ഞ
കുഞ്ഞിനെപ്പോലുള്ള ഈയാമ്പൽ-
ത്തണ്ടിനെ നോക്കിയിരിക്കാൻ
ഭയമാണെനിക്ക്.
തണ്ടോടുകൂടി പറിച്ചു താ.
എനിക്കെന്നിട്ട്
നിനക്കെന്നോടുള്ള ഇഷ്ടമളക്കണം.
എത്രത്തോളമെന്നറിയണം.

മാലയിൽ
എന്നേക്കാൾ ഒരു തണ്ട്
നിനക്കാണ് കൂടുതലെങ്കിൽ
ഞാൻ നിനക്ക്
എന്റെ മാലയിട്ട് തരാം.
എനിക്കാണെങ്കിൽ
നീയെനിക്ക്
നിന്റെ മാലയിട്ട് തരണം
സമ്മതിച്ചോ?"

"ആയിരം വട്ടം.
പക്ഷേ നീ കവിത പറഞ്ഞല്ലോ?"

"ഞാനോ?
ഇപ്പോഴോ?
നിനക്ക് വട്ടാണ്."

"ഈ ആമ്പൽത്തണ്ട്
കഴുത്തിൽ തട്ടുമ്പോൾ
എന്ത് തണുപ്പാലേ?
അതിന്."

ഞാനതെങ്ങനെയറിയാനാ
നീ നിന്റെ മാല
എനിക്കിട്ടു തന്നില്ലല്ലോ.
അതിന്.

ഒരു തണ്ട് സ്നേഹം
എനിക്കല്ലേ കൂടുതൽ?

നിന്റെയൊരു കണക്ക്
നിനക്കറിയാഞ്ഞിട്ടാ
നിന്നോടെനിക്കെത്ര
സ്നേഹമാണെന്ന്?
ഈ കാണുന്ന മുക്കുറ്റിപ്പൂക്കൾ
മുഴുവൻ പോറലേല്പിക്കാതെ

ഞാൻ ക്ഷമയോടെ
നുള്ളിയെടുത്ത് തരാം.
ഈ കുളത്തിലെ
സാരിവാലൻ മീനിനെ മുഴുവൻ
ഞാൻ നിനക്ക് തൊട്ടുനോക്കാൻ
പിടിച്ചുതരും.
ആ കൂവളമരത്തിലെ
കിളിയുടെ തൂവൽ
തരാം നിനക്ക്."

"എനിക്കതൊന്നും വേണ്ട
നീയെന്നോട് ചിരിച്ചാൽ മതി.
എന്നും എന്റെ
കൂടെയിങ്ങനെയുണ്ടായാൽ മതി."

"നീ വീണ്ടും കവിത പറഞ്ഞു."

"ദേ ചെറുക്കാ...
എന്നെ ഭ്രാന്ത് പിടിപ്പിക്കരുത് ട്ടോ
നിനക്ക് ഞാൻ മാലയിട്ട് തരാം.
പോരെ?"

"അങ്ങനെ വഴിക്ക് വാ...
ശരിയാ, നല്ല തണുപ്പ്
എങ്കിലും
ഈ ആമ്പൽപ്പൂവിനേക്കാളും
ചന്തം നിനക്കാണ് ട്ടോ.
അതിനേക്കാൾ ചന്തം
നിന്റെ കവിതകൾക്കും."

നേര്?

ഉം... നേര്.

പിന്നേ?

ഇനിയെന്താ?

“നീ കവിതയെഴുതണം.
പറയേം വേണം.”

അല്ലെങ്കിൽ?

“അല്ലെങ്കിൽ
നമ്മള് കല്യാണം കഴിച്ച കഥ
ഞാൻ നടന്ന് പറയും.”

“ഞാൻ കരയും ട്ടോ.”

“ഇല്ല...
നീ ചിരിക്കും
ഇതൊക്കെ ഓർത്തോർത്ത്.” ■

വിധേയ

ശരീരത്തിൽ
വിഷസർപ്പമിഴഞ്ഞിറങ്ങുമ്പോൾ
അനുഭവിക്കുന്ന അറപ്പോ ഭയമോ
നിർവികാരതയോ രാത്രി മുഴുവൻ
അവളെന്നുമനുഭവിച്ചുകൊണ്ടേയിരുന്നു.

നീലിച്ച പാടുകളിൽ
നോക്കിയിരിക്കുമ്പോൾ
ജീവനുണ്ടോയെന്ന്
അവളുറക്കെ ശ്വസിച്ച്
നോക്കുമായിരുന്നത്രെ.

വിരലുകളിൽ
നഖങ്ങൾക്കിടയിലെ മാംസത്തിൽ
മൈലാഞ്ചിച്ചുവപ്പ്
പടരുന്നത് നോക്കി
അവളവളുടെ പിതാവിനെ
ഓർക്കുമായിരുന്നു.

ജട കെട്ടിയ തലമുടിയിൽ
ചതഞ്ഞരഞ്ഞ ഒരു പനിനീർപൂവ്
ഇപ്പോഴും നിലവിളിക്കുന്നുണ്ട്
ചുംബിക്കാനാഞ്ഞു വന്ന
ചുണ്ടുകൾക്കിടയിലെ കോമ്പല്ലുകൾ
വന്യമൃഗമാകുമെന്ന്
ഇനിയും മനസ്സിലാക്കി
വെയ്ക്കേണ്ടതുണ്ടെന്ന്

തലയിണയിലെ ചിത്രത്തുന്നലുകളോട്
മുന്നറിയിപ്പ് കൊടുക്കേണ്ടതുണ്ടെന്ന്
ഇനി ഓർത്ത് വെയ്ക്കുന്നുണ്ട്.
അപ്പോഴും മാറിടങ്ങളിലെ നീറ്റൽ
ശമനമില്ലാതെ കിതയ്ക്കുന്നുണ്ട്.

കാഴ്ചവസ്തുവായെന്ന
ആത്മാവിന്റെ വിലാപമറിയിക്കുവാൻ
ഒരു അടയാളംപോലുമില്ല.
അവൾ ശബ്ദമില്ലാതെ ഒന്ന് ചിരിച്ചു.
എന്നിട്ടും കവിളിലേക്ക്
കണ്ണീര് പടർന്നിറങ്ങി.

രേതസ്സ് മണക്കുന്ന
വിരി കഴുകി കുടഞ്ഞ്
പകലുകളോട് അവളെന്ത്
മനോഹരമായാണ്
ചിരിക്കുന്നതെന്നോ.
ജീവിതത്തോട് വിധേയപ്പെട്ട
നിസ്സംഗതയില്ലാതിരിക്കാൻ
കറിക്കത്തിയിൽ
ബലമായമർത്തിപ്പിടിച്ച്
അടുക്കളറാണിയാണെന്ന്
സ്വയമഭിനയിക്കുന്ന
മിടുക്കിയാണവൾ.

പരിക്കുകൾക്ക് നടുവിലിരുന്ന്
ഒട്ടും പരിക്കേൽക്കാതെ
അവൾ മരണംവരെ
ഇരയായി നിരങ്ങിയേങ്ങുമെന്ന്
ചുവരിലമർന്നിരുന്ന പല്ലികൾ
മുടങ്ങാതെ
പുലർക്കാലങ്ങളിൽ ആശങ്കയോടെ
ചിലച്ചുകൊണ്ടേയിരുന്നു. ■

വാഗ്ദാനം

മകനേ...
രണ്ടു വാഗ്ദാനങ്ങൾ
നീയെനിക്കു നൽകണം.

ഒരിക്കലും
നീയിറക്കുന്ന വേദനയുടെ
തീ കണ്ട്
എന്റെ ഹൃദയത്തെ
പൊള്ളിക്കരുത്.

അർഹതയില്ലാത്തിടത്ത്
എത്തപ്പെട്ട്
ഇഷ്ടമില്ലാത്ത ഭക്ഷണം
കഴിക്കുന്നതുപോലെ
എന്നെ നീ
സ്നേഹിക്കുകയുമരുത്.

ബാക്കി എന്റെ
പ്രാർത്ഥനകളിലുണ്ട്.
നിന്നെ ലോകത്തിന് നൽകാൻ
എന്നെ തിരഞ്ഞെടുത്തവനോടുള്ള
സ്തുതികളാണത്. ■

മറുപടി

സ്നേഹപൂർവ്വം...
നിനക്കെഴുതി തുടങ്ങുകയാണ്.
നിനക്കറിയാത്ത എന്നെയിവിടെ
പകർത്തിയിടുകയാണ്...
നിന്റെ പ്രണയത്തിന്റെ പറുദീസയെ
നിഷ്ക്കരുണം തള്ളിപ്പറഞ്ഞും
കൊണ്ടുള്ള ഈ ജീവിതക്കടലാസിനെ
നീ മറവിയുടെ
ആഴിയിലേക്കൊഴുക്കിയേ തീരൂ
എന്ന യാചനയുടെ മഷി
എന്റെ ഹൃദയത്തിലെ രക്തമാണ്.

കാരണമിതൊക്കെയാണ്.
ഉപാധികളില്ലാതെ
ആകാശത്തുനിന്ന്
മനസ്സിലേക്ക് ഇറങ്ങിവരുന്ന
മഴനൂലുകളിൽ
ഞാൻ തൊട്ടെടുക്കുന്നത്
അവനെ മാത്രമാണ്.

എന്റെ വാക്കുകളിലുടനീളം
അവന്റെ പ്രണയനക്ഷത്രങ്ങളെ
ഞാൻ പെറുക്കിയെടുക്കുന്നുണ്ട്.
ഞാനപ്പോൾ നിലാവായി
മാറാറുണ്ട്.

ആ പ്രണയമുന്തിരിവള്ളികൾ
ആകാശത്തോളം പടർന്നു
പോവുന്നുണ്ട്.
ഹിമകണങ്ങളെ കാത്തിരിക്കുന്ന
മരുഭൂമി കണക്കെ
അവനെന്നെ
ഓരോ ഹൃദയമിടിപ്പിലും
കാത്തിരിക്കുന്നുണ്ട്.

നിന്റെ ചുണ്ടനക്കങ്ങളിൽ നിന്ന്
കിനാവുകൾ നിറച്ചുവെച്ച
ഒരു കളിവഞ്ചിയെ
ഞാനറിയുന്നുണ്ട്.
നീയത് പിന്നെയും
മഴ മുറ്റത്തേക്ക്
എടുത്തു വയ്ക്കരുത്.
ക്ഷണനേരം കൊണ്ടത്
കുതിർന്ന് തീർന്നേക്കാം
ആ മഴ അവന്റെ
കണ്ണീരാണെന്ന് നീ
പൊള്ളിയറിയും.

മറന്നുവെച്ച മയിൽപീലികളെ
വീണ്ടും പുസ്തകത്താളുകളിൽ
നീ തിരയരുത്.
അവന്റെ ഹൃദയത്തിന്റെ
പിടപ്പുമാത്രമേ.
ആ പീലിക്കണ്ണിലെനിക്ക്
കാണാനാകൂ.

മഴ ഗൃഹാതുരത്വംകൊണ്ട്
എന്നെ നോക്കുമ്പോൾ
ഞാനെന്റെ വിരലുകളിൽ
അവന്റെ ആത്മാവിനെ
ചേർത്തുവച്ചാണ് എഴുതുന്നത്.

ആ വരികളിൽ മുഴുവനും
ഞാനെന്നത്
അവനിലേക്കുള്ള നീരൊഴുക്കാണ്.
ആർക്കും ചിറകെട്ടി നിർത്താൻ
കഴിയാത്ത നീരൊഴുക്കാണത്.

അറിയാം
നീ ഇത് വായിക്കുമ്പോൾ
കപ്പൽഛേദംവന്നവൻ
ലോകത്തെ നോക്കുന്ന
നിർവികാരതയിലാവുമെന്ന്
എനിക്ക് വിശ്വാസമുണ്ട്.
സാരമില്ലെന്ന് ആശ്വസിക്കാൻ
പക്ഷേ... നിനക്ക് കഴിയുമെന്ന്.

നിന്റെ ആത്മാവിന്റെ സുഗന്ധം
ഇനിയും തീർത്ഥയാത്ര
ചെയ്യുന്നവന്റേതാകുക.
നിന്റെ പ്രാണന്റെ ഒട്ടകത്തെ
പ്രണയലക്ഷ്യത്തിലേക്ക്
പലായനം
നടത്തിക്കൊണ്ടേയിരിക്കുക.
ഈ ഭൂപടത്തിൽ നിന്റേത്
മാത്രമായവൾ മറ്റെവിടെയോ
കാത്തിരിപ്പുണ്ട്.
തീർച്ചയായും അത് ഞാനല്ല.

അതിനെ
കണ്ടെടുത്തതിനുശേഷം
നിന്റെ ഭാഷയിലെ ഇഷ്ഖി[1]നെയും
അവളുടെ ഇസ്മി[2]നെയും
ഇഴചേർത്ത് പിണച്ചിട്ടേക്കുക.

1. ഇഷ്ഖ് = പ്രണയം
2. ഇസ്മ് = നാമം

സ്രഷ്ടാവിന്റെ കടാക്ഷം
നിങ്ങളിലുണ്ടാവട്ടെ.

എന്റെ ആകാശവും
നക്ഷത്രങ്ങളും
ഓരോ ശ്വാസത്തിലും
അവനെ കാത്തിരിക്കുന്ന
നിഴലും നിലാവുമാണ്.
ഹൃദയംകൊണ്ട് ഞാനവിടെ
വിധേയപ്പെട്ടതിന് ശേഷമാണ്
നിന്റെ നിഴലെന്നിൽ പതിച്ചത്.

ആ നിഴൽ പോലും
അവനെയെത്ര നോവിക്കുമെന്ന്
എന്റെ നഖങ്ങൾക്ക്
പോലുമറിയാം.
അത്രമേൽ
സ്നേഹനോവിലലിയുന്ന
വേവിലാണിന്ന്
ഞാനുണരുന്നതും ഉറങ്ങുന്നതും.

ഇനി ആത്മാവിന്റെ
പ്രാർത്ഥനകളിലേക്ക്
മാത്രമായി നിന്നെ ഞാൻ
സൂക്ഷിച്ചു വെയ്ക്കും.
നീയിതെല്ലാം മറന്നു പോയാലും.
സ്മൃതികളുടെ തസ്ബീഹിലേക്ക്
നിന്നെ ഞാൻ
കോർത്തു വെയ്ക്കുന്നുണ്ട്. ■

നിത്യൻ

നിരന്തരം ഞാനറിയുന്ന
എന്റെ മിടിപ്പുകളിൽ നിറയെ
നീ നിന്റെ
സ്നേഹമറിയിച്ചിട്ടും
അതിനെ തിരിച്ചറിയാതെ
മറ്റെന്തിലൊക്കെയോ
നിന്നെ തിരഞ്ഞ
എന്റെ അവിവേകത്തിനോട്
നീ പൊറുത്തു തരുന്നില്ലേ?

നിന്നേക്കാൾ എന്നെ
പ്രണയിക്കാൻ
ആർക്കാണാവുക?

"യാ അള്ളാഹ്..."
നീയെന്ന നിത്യതയേക്കാൾ
എനിക്കാരെയാണ്
പ്രണയിക്കാനാവുക? ■

ജയം

ഒറ്റപ്പെട്ടയിടങ്ങളിൽ നിന്ന്
ആരോ ശകാരിക്കുമ്പോഴൊക്കെ
ന്യായമെന്റെ ഭാഗത്തായിരിക്കെയും
കുറ്റവാളിയെപോലെ
ഞാൻ കുനിഞ്ഞു നിൽക്കാറുണ്ട്.

അന്നേരമെന്റെ കണ്ണുകൾ
അപമാനബോധത്താൽ
പുകയും.
ഹൃദയത്തിൽനിന്ന്
ചോര പൊടിഞ്ഞ്
ശ്വാസമിങ്ങനെ നനയും.

കൈവിടാതെ
കരുത്തനായ ഒരാൾ
കൂടെയുണ്ടെന്നും
ഉപേക്ഷിച്ചിട്ടില്ലെന്ന
ഒരു കാറ്റ്
എന്റെ മുഖത്തെ
സ്പർശിക്കുമെന്നും
ചിലന്തിയുടെ വീടുകൾ
ദുർബലമെന്നും
ഞാനാവർത്തിച്ചുരുവിട്ടു
കൊണ്ടേയിരിക്കും.

വാക്കുകളിൽ പതറാതെ
നോക്കുകളിൽ തളരാതെ
നീയങ്ങനെ
ജയിക്കുന്നത് നോക്കി
ഞാൻ എന്നിലുള്ള
എന്നോട് പുഞ്ചിരിയോടെ പറയും.

"ഓ ജീവിതമേ,
എന്റെ പ്രണയം
നിന്നിൽ ജയിച്ചു
കൊണ്ടേയിരിക്കുന്നു. ■

അപരിചിതൻ

എനിക്കറിയാം
നീ വരും
പരിചിതമല്ലാത്ത
എന്റെ നാട്ടിലേക്ക്.
ഏറ്റവും അപരിചിതനായി
വഴിയന്വേഷിച്ചുകൊണ്ട്
ഏറെ തളരുമെങ്കിലും
നെറ്റിയിലെ വിയർപ്പൊപ്പി
അപ്പോഴുമെന്നോട്
ഹൃദയംകൊണ്ട് കലഹിക്കും.

എന്റെ വീട്ടിലേക്കുള്ള
ഇടവഴിയിലേക്കെത്തുമ്പോൾ
നീയൊന്ന് പതറും
തിരികെ പോകാമെന്ന്
മനസ്സിനോട് പറഞ്ഞു നോക്കും.
മൈലാഞ്ചി മണക്കുന്നൊരു കാറ്റ്
അരുതെന്ന് ചൊല്ലി
നിന്നെ തടയും.
കണ്ണമർത്തി തുടച്ച്
നീ മുന്നോട്ട് നടക്കും.
വെട്ടിക്കളഞ്ഞിട്ടും തളിർത്ത
ചെമ്പകമരത്തിലെ
പഴുത്ത ഒരു ഇല
നിന്നെ തൊട്ടുവരവേൽക്കും.

ആൾക്കൂട്ടത്തിനിടയിൽ
ഒരിക്കലും കാണാത്ത
അദ്ദേഹത്തിനെ
നീ വേഗം തിരിച്ചറിയും.
നിരത്തിയിട്ട കസേരകളിലൊന്നിൽ
നീയൊന്ന് തളർന്നിരിക്കും
ഞാൻ നട്ട ചെടിയിലെ
ഒരു പൂവ്
നിന്നോട് പുഞ്ചിരിക്കും
നീയൊന്നാഞ്ഞു ശ്വസിക്കും
അപ്പോൾ കുന്തിരിക്കമുരുകിയ
പുകയേക്കാൾ
നീ നിന്റെ ഉൾക്കണ്ണീരിനെ മണക്കും
നഗ്നപാദങ്ങളാൽ ഞാൻ
നടന്ന് പൊടിഞ്ഞ മൺതരി
നീ വിരലിൽ തൊട്ടെടുത്ത്
എന്തിനോ വിതുമ്പും.
അപ്പോഴെന്റെ
കുഞ്ഞുങ്ങളെന്റെയരികിലിരുന്ന്
കണ്ണീരോടെ
വിശുദ്ധമന്ത്രങ്ങളുരുവിടുന്നത്
കേൾക്കാം.

ഉള്ളിലാർത്തു കരഞ്ഞുകൊണ്ട്
നീ വാതിൽക്കൽ നിന്നെന്നെ
എത്തിനോക്കും.
നിനക്കിഷ്ടമുള്ള
വെള്ള വസ്ത്രത്തിൽ
ഞാനിങ്ങനെ
തണുത്ത് കിടക്കും
പനിനീരിന്റെ ഗന്ധം
അസഹ്യമാണെന്ന് ഞാൻ
പറഞ്ഞിരുന്നതിനെ നീ
അന്നേരമോർക്കും.

ഏങ്ങലടികളുടെയും
പൊട്ടിക്കരച്ചിലുകളുടെയും
അന്തരീക്ഷം കടന്ന്
നീ ജനാസ[1]യെ പിന്തുടരും
എപ്പോഴോ ഞാൻ
നിന്റെ ചുമലിൽ വന്നെത്തും.
ഒരു മാത്ര
ഞാൻ ദുനിയാവിലേക്ക്
ഒന്ന് പിടഞ്ഞുണരും.

മയ്യത്ത്
നമസ്കാരത്തിൽ
നീ ആത്മസംതൃപ്തിയോടെ
പങ്കെടുക്കും.
ഒരു നുള്ള് മണ്ണ് കൊണ്ട്
നീയെന്റെ കവിളിൽ സ്പർശിക്കും
അന്നേരം ഞാനെന്റെ
അവസാന കവിതയിലെ
വരികൾ ഓർത്തു ചിരിക്കും.
എന്റെയടയാളമായ മീസാനി[2]ൽ
നോക്കി നീ നിൽക്കുമ്പോൾ
ഞാൻ പാടിയ
പാട്ടിന്റെ വരികൾ
നിന്റെ ചെവിയിലിങ്ങനെ
മുഴങ്ങും
പ്രാർത്ഥനകളുടെ
തണലിലാണ്
എന്റെ ഖബറെന്ന്
നിന്നെയാശ്വസിപ്പിക്കാൻ
ഒരു ചിത്രശലഭം
നിന്നെ വട്ടമിട്ട് പറക്കും.

1. ജനാസ = ശവപ്പെട്ടി
2. മീസാൻ = അടയാളകല്ല്

ഇനിയും ഒരു തുള്ളി
കണ്ണീരൊഴുക്കാത്തതെന്തെന്ന്
കാറ്റ് നിന്നോട് പരിഭവിക്കും.
എന്റെ വരികളിൽ നീയിനിയും
ജീവിക്കുമെന്ന
എന്റെ ആശീർവാദത്തിന്
മറുമൊഴിയായി
"എങ്കിൽ നീ എന്നിലൂടെ
എന്നെന്നും ജീവിക്കുമെന്ന"
നിന്റെ വാക്ക്
ആകാശം
ചിതറിയ മേഘങ്ങളാൽ
നിന്റെ കണ്ണിലേക്ക്
എഴുതി നിഴലിപ്പിക്കും
നിനക്കപ്പോൾ
വല്ലാതെ ദാഹിക്കും.
നീ വിതുമ്പിക്കൊണ്ടവിടെ
കുനിഞ്ഞിരിക്കും.
അന്നേരമാരോ
നിന്നോട് ചോദിക്കും
"മനസ്സിലായില്ല ആരാ?"
നീ തിരക്കഭിനയിച്ചുകൊണ്ട്
പറയും
"ആരുമല്ല
അറിഞ്ഞു വന്നതാ."
അതുകേട്ട് പള്ളിക്കാട്ടിലെ
വയലറ്റ് പൂക്കളിലൊന്ന്
വേദനയോടെ വാടിവീഴും.
നീ മനസ്സ് കൊണ്ടെന്നോട്
സലാം ചൊല്ലി
വേഗത്തിൽ നടന്നകലും.
ഞാനന്നേരം
നിന്നെ കളിയാക്കി വിളിക്കും.
"ഓയ്... അപരിചിതാ"
നീയത് കേൾക്കുമോ? ■

സ്നേഹം

ഒരല്പനേരം
മിഴിയടച്ചിരിക്കുക.
എന്നിട്ടും
കൺപോളകൾക്കുള്ളിൽ
തെളിയുന്നുണ്ടോ
കവിളിൽ കണ്ണീർ
ചാലുകളുണ്ടോ?

അതാണ് സ്നേഹം...
അതുമാത്രമാണ് സത്യം.

വാക്കുകൾ കോറിയിട്ട
കടലാസിലല്ല
നോക്കുകളുടെ മുള്ളിൽ
പിടയിക്കുന്ന ഭാവങ്ങളിലല്ല.
കൂടെയുണ്ടെന്ന് തോന്നിപ്പിക്കാൻ
വെമ്പുന്ന പേരുകളിലുമല്ല
അവനവനിസം കല്പിക്കുന്ന
ആർദ്രതയിലുമല്ല.
എന്നേക്കാൾ നിന്നിലില്ലെന്ന്
അടിച്ചേല്പിക്കുന്ന
കുങ്കുമം ചുമക്കുന്ന കഴുതയുടെ
കരച്ചിലുകളുമല്ല.
ഏകാന്തതയോട്
കൊഞ്ഞനം കുത്തുന്ന

പുഴക്കരയിലുമല്ല
ഓർമ്മകൾ നാറുന്ന
തുകൽപാത്രത്തിലെ
വെള്ളത്തിന്റെ അരുചിയിലുമല്ല.

ഹൃദയം നിറയ്ക്കുന്ന
മനസ്സിലാക്കലുകളിൽ
സ്നേഹം സ്നേഹത്തെ
തിരിച്ചറിയും.

അല്ലാത്തതെന്തോ
അതിനെ ഉപേക്ഷിച്ചേക്കൂ.
ഒരിക്കലും തിരിച്ചെടുക്കാനാവാത്തവിധം
രാവ് പകലിനെ
ഉപേക്ഷിക്കുന്നതുപോലെ.
മരമതിന്റെ ഇലകളെ
ഉപേക്ഷിക്കുന്നതുപോലെ. ■

നിലവിളികൾ

ഉറങ്ങുമ്പോഴെപ്പോഴോ
എന്നെ ചുറ്റിപ്പിണഞ്ഞ
നിന്റെ കൈകൾ കണ്ട്
ഞാനൊന്നാശ്വസിച്ചു.
പിണക്കത്തിന്റെയവസാനം
തളിർക്കുന്ന വള്ളികളെന്നെ
ചുറ്റിവരിയുന്നതും പൂക്കുന്നതും
കിനാവ് കണ്ട്
ഒരാലസ്യത്തിലേക്ക് ഞാൻ
മെല്ലെ വഴുതി വീണു.

കാതോരത്ത്
നിന്റെ ശ്വാസം മുറുകുന്നതും
പല്ലുകൾ
ഞെരിഞ്ഞമരുന്നതുമറിഞ്ഞിട്ടും
വിശ്വാസത്തിന്റെ മാറാലനൂലുകൾ
നോക്കിക്കിടന്ന് ഞാനങ്ങു ചിരിച്ചു.
വേദനയുടെ അവസാനം
കണ്ണിലിരുട്ട് കയറുമ്പോഴും
കുട്ടികളുറങ്ങിക്കോട്ടെയെന്ന് കരുതി
നിശ്ശബ്ദമായി ഞാനൊന്നു ഞരങ്ങി.
ഓർമ്മകളിലന്നേരം
വാപ്പയുമയാളും എന്നെ
കരാർ ചെയ്തുവെച്ച
ഒപ്പുകൾ തെളിഞ്ഞു നിന്നു.

കൈകൾ കൊണ്ടെതിർത്തപ്പോൾ
മുല്ലപ്പൂ മണക്കുന്ന രാത്രികളിൽ
എന്റെ കരലാളനയിൽ
മയങ്ങിയിരുന്ന നിന്റെ
മുഖമെന്നോട്
ക്രൂരതയോടെ പല്ലിളിച്ചു.
കാലുകൾ പിടയുമ്പോൾ
ആദ്യത്തെ കുഞ്ഞിനെ
നീ നോക്കിയിരുന്ന ആ പകലിലെ
കോരിച്ചൊരിയുന്ന മഴയോർമ്മ
എന്റെ കാതടപ്പിച്ചു കരയിച്ചു.

എന്നിട്ടും...
അരുതേയെന്നെതിർക്കാതെ
ജീവനുവേണ്ടി യാചിക്കാതെ
ഞാനങ്ങ് തീർന്നുപോയി.
ഇനി നീയെന്നെ
കിണറ്റിൻകരയിലേക്ക്
വലിച്ചുകൊണ്ടുപോകുമെന്നോ
ഉത്തരത്തിൽ കുരുക്കുമെന്നോ
എനിക്ക് ഭയമില്ല
എന്റെ കുഞ്ഞുങ്ങൾ ഉറക്കെ
കരയുമെന്ന് എനിക്കുറപ്പില്ല.

നിന്റെ കണ്ണുകളിൽ
തുറിച്ചു നോക്കി
അവർ നിലവിളിക്കുന്നത്
നീ നോക്കി നിൽക്കരുത്.
ഇറങ്ങിപ്പോയേക്കണം.
ആര് കണ്ടാലും
സമനില തെറ്റിയവനെ
പോലെയങ്ങ് അഭിനയിച്ചേക്കണം.
ഏറെ സഹതപിക്കുന്നവളെയങ്ങ്
കൂടെ കൂട്ടിയേക്കണം.

പേര് തെറ്റാതെ ശ്രദ്ധിച്ച്
നീട്ടി വിളിച്ചേക്കണം.
മടുക്കുമ്പോൾ
നിറയെ പൂക്കളുടെ ചിത്രമുള്ള
ഈ വിരിയിലേക്ക്
കിടത്തിയേക്കണം.

എന്നെപ്പോലെ അവൾ
നിന്നെ വിശ്വസിച്ചു മയങ്ങില്ല
എന്നോർത്ത് വെച്ചേക്കണേ.
കുട്ടികൾ അവളുടേതല്ലാത്തതുകൊണ്ട്
ഉറക്കെ നിലവിളിച്ചേക്കാം.
കൈക്കരുത്തും മെയ്ക്കരുത്തും
മനക്കരുത്തും അവൾ
കൂടുതൽ കാണിക്കുമ്പോൾ
അവളിലെത്രമാത്രം
ഞാൻ നിറഞ്ഞിരുന്നുവെന്ന
ബോധം നിന്നിൽ നിറയും.
ഈ സ്ഥാനത്തുതന്നെ
നീയന്ന് ചത്തുമലയ്ക്കും.
അവൾക്ക് അഭിനയിക്കേണ്ടി വരില്ല.
എന്റെ മക്കൾ
അന്നാണവളെ ആദ്യമായി
“ഉമ്മീ” എന്ന് നീട്ടി വിളിക്കുക.

എന്റെ ഖബറിനരികെ
നിന്നെ ചേർത്തു വയ്ക്കുമ്പോൾ
ഞാൻ റബ്ബേ...യെന്ന് വിളിച്ച്
മൈലാഞ്ചിക്കാട് കൊണ്ടെന്നെ
പുതച്ചു മൂടി ഉറങ്ങും.

നോവിന്റെ വെള്ളിയാഴ്ച്ചകളിൽ
എന്നെ കാണാൻ വരുന്ന
നമ്മുടെ മകൻ

നിന്റെ മീസാനിലേക്ക്
ഞാവൽക്കുരു ചവച്ച്
തുപ്പിയെറിയും.

ഒരിക്കലും നരയ്ക്കാത്ത
ചുളിയാത്ത എന്റെ
ഓർമ്മയിലേക്ക് അവനെത്തുമ്പോഴൊക്കെ
ഞാനവനെ പഠിപ്പിക്കും.
"നീ നല്ലൊരു ഉപ്പയാവാൻ
ആദ്യം നല്ല ഭർത്താവാകണമെന്ന്."

അപ്പോഴൊക്കെയും
ആകാശം നിറയെ
നരച്ച കണ്ണുകളുള്ള
നക്ഷത്രങ്ങളുടെ
നിലവിളികൾ
മുഴങ്ങിക്കൊണ്ടേയിരിക്കും

ആരും ഇതുവരെയത്
കേൾക്കാതിരിക്കുന്നതെന്താവാം...? ■

നേരെന്തെന്നാൽ?

കാല്പനികമായ
അസത്യമാണ്
ഓരോ സ്ത്രീയും.

പുരുഷന്റെ ഉടലാണ്
സുന്ദരമെന്ന സത്യത്തെ
ആന്തരികമായ
ആ ബോധത്തെ പ്രാപിക്കാൻ
സദാ ശ്രമിക്കുമെങ്കിലും
ശ്വാസനിശ്വാസങ്ങൾകൊണ്ട്
അവൾ തോൽവി
ഭാവിച്ചുകൊണ്ടേയിരിക്കും.
ഗൂഢമായ ആ ഉന്മാദത്തെ
നഖശിഖാന്തം ഒളിപ്പിച്ചവൾ
വിജയിച്ചുകൊണ്ടേയിരിക്കും.

നിഷിദ്ധമോ പാപമോ
എന്നതറിയാതെ
വിയർപ്പിന്റെയോ
രേതസ്സിന്റെയോ
ഗന്ധം നുകരാൻ
രാത്രികളെ
കാത്തിരിക്കുന്നവളാണവൾ.

ഒരുപക്ഷേ
സ്ത്രീയാണ് കാമിക്കുന്നത്
പുരുഷനേക്കാൾ.

വാക്കിലൂടെയോ നോക്കിലൂടെയോ
ചിരിയിലൂടെയോ വിതുമ്പലിലൂടെയോ
അവൾ സദാ സ്വന്തം പുരുഷനെ
ഭ്രമിപ്പിക്കുന്നത് പിന്നെയെന്തായി
കാണണമെന്ന ചിന്തയുടെ
ഉത്തരമിതാണ്.

പ്രണയത്തിന്റെ ആത്മരതിയിൽ
ആത്മാവിന്റെ നേർക്കാഴ്ച്ചയിൽ
അക്ഷരങ്ങളില്ലാതെ വായിക്കപ്പെടാൻ
അവളെന്നും കൊതിക്കുന്നുണ്ട്.
ആ കൊതിയിൽ
കൗമാരത്തിലും യുവത്വത്തിലും
വാർദ്ധക്യത്തിലും
അവൾ സ്വന്തം പുരുഷന്റെ
മനസ്സിന്റെ ആധിപത്യത്തിലേക്ക്
മിഴിയെറിഞ്ഞുകൊണ്ടേയിരിക്കും.

പ്രണയം സ്ത്രീയാണെങ്കിൽ
അതിന്റെ ഹൃദയം
എന്നും പുരുഷൻ തന്നെയാണ്.

നേര് ഇതുമാത്രമാണ്
അസത്യവും സത്യവും
കൂടിച്ചേരുന്ന
ആത്മരതിമൂർച്ഛയിൽ
കിതച്ചു ശബ്ദിക്കുന്ന
അവളുടെ ചെന്നായക്കണ്ണിലെ
മുയൽക്കുഞ്ഞാണ് പുരുഷൻ.

അതെ...
പുരുഷന്റെ ഉടലിനേക്കാൾ
ഒരു സ്ത്രീയുടലും
സുന്ദരമല്ല. ■

ഇനി

നാലാംയാമത്തിലെ
കാറ്റ് വീശുമ്പോൾ
രാത്രി ഒന്നേങ്ങിക്കരഞ്ഞുകൊണ്ട്
അവസാനത്തെ ശ്വാസം
ഒന്നാഞ്ഞുവലിച്ചു.
നിശ്വാസം കൊണ്ട് മുറിവേറ്റ്
പുലരാൻ വെമ്പിയ
പകലിന്റെ
ഹൃദയം കിതച്ചു പിടഞ്ഞു.

ഇനി പുലർന്നിരിക്കുന്നു
ശരികളുടെ വെളിച്ചമുയർന്നു
കൊണ്ടിരിക്കേ
നരച്ച രാത്രിയുടെ വ്രണം
വാരിയെല്ലിനുതാഴെ
വേദന മറന്നിട്ടും നിലവിളിച്ചു.
ആ വ്രണത്തിൽ
സ്നേഹവിഷം പുരട്ടാൻ
ശഠിച്ച ഞാനെന്ന രാത്രിയോട്
നീയെന്ന പകലോൻ
പകരമാവശ്യപ്പെട്ടത്
പ്രാണനെന്നറിഞ്ഞിട്ടും
പ്രണയത്തോടെ നീട്ടിക്കൊടുത്ത്
പ്രായശ്ചിത്തം ചെയ്തു.

ഇനി
ഓർമ്മകളെ അടർത്തിയെടുത്ത്
താലോലിക്കുന്നതിന്
ശിക്ഷ വിധിക്കുന്നത്
ആരായിരിക്കും?

ഇനി
നീയും ഞാനും
രാത്രിയെ തിരയുന്ന പകലോ
പകലിനെ തിരയുന്ന രാത്രിയോ
ആയിരിക്കാൻ
ശപിച്ചനുഗ്രഹിച്ച
മേഘങ്ങളോ?

ഇനിയൊരിക്കലും
ഇനിയാവാത്ത
നമ്മളെയോർത്ത് വിതുമ്പുന്ന
ആകാശമോ? ■

പക്ഷേ...

പകരമൊരാൾ വരും
അന്നേരമാണ് നീ തിരിച്ചറിയുക
നിന്റെ ആ ഒരാൾ
ഞാനായിരുന്നേയില്ല.
എന്നതിനെ.

അവളോട് ഏറ്റവും
പരിഭവത്തോടെ ചോദിക്കണം
ഇത്രകാലം
നീയെവിടെയായിരുന്നു എന്ന്.

ഉറക്കെ ചിരിക്കണം
കഥകൾ പറയണം
അവളുടെ ശബ്ദത്തെ
വർണ്ണിക്കണം.
വരികളെ പുകഴ്ത്തണം.
ആ കണ്ണുകളിൽ
നോക്കിയിരിക്കണം.

പക്ഷേ...
എന്നെ വിളിച്ചിരുന്ന ആ പേര്
ഒരിക്കലും അവളെ വിളിക്കരുത്.
അവളെക്കാൾ ഞാനായിരിക്കും
ആദ്യം മൂളുക.
നീയന്നേരം തോറ്റുപോയേക്കും.

പകരമെന്ന വാക്കേ മറന്നുപോയ
എന്റെ ഹൃദയമിടിപ്പിനോട്. ■

രുഗ്മിണി

എനിക്ക് പറയാനുള്ളത്
രുഗ്മിണിയെക്കുറിച്ചാണ്.

സദാ...
കണ്ണനെ മനസ്സിൽ ചുമന്ന്
രാധയെക്കുറിച്ചോർത്ത്
വേദനയോടെ
നെടുവീർപ്പയയ്ക്കേണ്ടിവന്ന
റാണിയായവളെക്കുറിച്ച്.

കണ്ണനോടൊപ്പമായിരുന്നിട്ടും,
വിദൂരതയിലേക്ക് നോക്കി
വിതുമ്പിയവളാണവൾ.
ഒരു തുളസീദളഭാരം
കൊണ്ടുപോലും
കണ്ണന്
പ്രിയപ്പെട്ടവളായിരുന്നിട്ടും
അർഹതയോടെ
പ്രിയ പത്നിയായിട്ടും.

"രാധേ കൃഷ്ണാ...
കൃഷ്ണാ രാധേ..."
സ്തുതികൾ കേട്ട്
മുഖത്ത് ഭാവഭേദങ്ങൾ
വരുത്താതെ
പ്രിയനെ ഭജിച്ചവൾ.

സ്വന്തമായിട്ടൊന്നുമില്ലാത്തവന്റെ
സ്വന്തമായവൾ.

എത്രത്തോളം
പ്രണയിച്ചിരിക്കണമവൾ
കണ്ണനെ,
എത്രത്തോളം
തന്നിൽ കെട്ടിയിടാതെ
പറക്കാനനുവദിച്ചിരുന്നിരിക്കണം
കണ്ണനെ,

രുഗ്മിണിയെയോർത്ത്
പ്രണയത്തെ
സ്വന്തമാക്കാതെ പിടഞ്ഞ രാധ
എത്രയോ അവളെ
മാനിച്ചിരുന്നിരിക്കണം.

രാധ കണ്ണന്റേതെന്ന്
രുഗ്മിണിയും
രുഗ്മിണി കൃഷ്ണന്റെതെന്ന്
രാധയും
പകുക്കുമ്പോൾ
പാവം കണ്ണൻ
ഈ സ്നേഹത്തിന്റെ
മുറുക്കത്തിലെത്ര
മുറിവുകളേറ്റുകാണും.

എങ്കിലുമെങ്കിലും
എനിക്ക് പറയാനുള്ളത്
രുഗ്മിണിയെ കുറിച്ചാണ്.
കണ്ണന്റെ സ്വന്തമായിരുന്നിട്ടും
ഭക്തർ
മാറ്റിനിർത്തിയവളെക്കുറിച്ചാണ്.

കേൾക്കുന്നില്ലേ..
"രാധേ കൃഷ്ണാ...
രാധേ കൃഷ്ണാ..."

അതെ,
എന്നിലും രാധയുണ്ടെന്ന്
തിരിച്ചറിഞ്ഞവളാണവൾ.
പിന്നെയെങ്ങനെ
പരിഭവിക്കാനവൾക്കാകും?

അതെ...
ഞാനും മുറിവായ രാധയാണ്
മുറിവേറ്റ രുഗ്മിണിയുമാണ്
എങ്കിലും... കണ്ണാ...
എനിക്ക് പറയാനുള്ളത്
രുഗ്മിണിയെക്കുറിച്ചാണ്. ■

ബോധം

ഉറക്കെ ചിന്തിക്കുക
അത്രമേൽ വെറുത്തുപോയതിനെ
പിന്നെയെങ്ങനെയാണ്
സ്നേഹിക്കാനാവുകയെന്ന്?

തകർത്തെറിഞ്ഞതിനെ
കൂട്ടിച്ചേർത്തെന്ന
വീമ്പുവാക്കിനുള്ളിൽ
എത്ര കാലം
ഭീതിയോടെ പതുങ്ങുമെന്ന്?

കല്ലല്ല
ഹൃദയമാണിതെന്നും
മരമല്ല
മനസ്സാണിതെന്നും
സ്വയം തിരിച്ചറിയുക.

നിർദയം കണ്ണുകളോട് ചോദിക്കുക
മുഖത്ത് ചിരിയൊട്ടിച്ചുവെച്ച്
എത്രകാലം
ഉള്ളിൽ കരയുമെന്ന്?

കണ്ണിലേക്കുറഞ്ഞുപോയ
കണ്ണീരുണ്ട്
ഇനിയതിനെ
പെയ്യാനനുവദിക്കുക.

കരയാൻ മാത്രമല്ലാതെ
കരയുക.
ആ കണ്ണീരിന്റെയഴുക്ക്
നീങ്ങുമ്പോൾ
പുതിയ കാഴ്ച്ചപ്പാടുകളെ
തെളിച്ചത്തോടെ
കാണാൻ കഴിയും.
ഇരുട്ടിൽ നിന്ന്
പുറത്ത് കടന്നാലേ
വെളിച്ചത്തെ
കാണാൻ കഴിയൂ
എന്ന സത്യത്തെ അന്ന്
അനുഭവിച്ചറിയും.

പിന്നെ ജീവിക്കും
അഭിമാനബോധത്തോടെ. ■

പ്രണയം

ഏതുനിമിഷവും
മാഞ്ഞുപോയേക്കാവുന്ന
മേഘങ്ങളെപ്പോലെയാണ്
എന്റെ പ്രണയം.
മഴയായത്
തീർന്നു പോയേക്കാം
വെയിലേറ്റ്
നരച്ച് വീണേക്കാം.

പൊടുന്നനെ പാടുന്ന
കുയിലായും
ആടുന്ന മയിലായും
വിസ്മയിപ്പിക്കുമെങ്കിലും
ഓർമ്മിക്കാനൊരു
തൂവൽ പോലും നൽകാതെ
യാത്ര പറയാതെ
നിന്റെ ജാലകപ്പടിയിൽ നിന്ന്
പറന്നു പോയേക്കാം.

വേദനിക്കുമെന്ന്
ഭയമുണ്ടെങ്കിൽ
നീ നിന്റെ ആത്മാവിനെ
എന്നിലേക്ക്
ചേർക്കാതിരിക്കൂ. ■

പാതി

ജീവിതത്തിന്റെ
പാതിയിലെത്തുമ്പോഴാണ്,
പാതിക്ക് പകുത്തു
കൊടുക്കാനാവാത്ത വിധം
പ്രണയം വറ്റിപ്പോകുന്നത്രെ.

കണ്ണിൽ നോക്കിയിരിക്കാൻ സമയമില്ല.
കേട്ടതുതന്നെ
കേട്ടിരിക്കാനൊരു രസവുമില്ല
മിണ്ടാനായി വിഷയങ്ങളില്ല.
തൊട്ടുനോക്കലുകളിൽ
തീവ്രതയില്ല.

പരാതിയും പാതിയും
മനസ്സിലേക്കങ്ങനെ
മുറിഞ്ഞു നുറുങ്ങി
വീണുകൊണ്ടിരിക്കും.
നനഞ്ഞ വാക്കുകൾകൊണ്ട്
ദിവസങ്ങൾ
കൂടുതൽ മുഷിഞ്ഞുകൊണ്ടിരിക്കും.
സാധാരണമാണെന്ന
അസാധാരണ ആശ്വസിപ്പിക്കലുകൾ
അണപ്പല്ല് കടിച്ച്
കടന്നു വരും.

മുറിഞ്ഞതിനെ
അറുത്തു കളയാൻ
ചിന്തയാളിക്കത്തും.

ഒരല്പം മാറിയിരുന്ന്
ചിന്തിക്കുമ്പോഴുത്തരം കിട്ടും
പരാതികൾ ഇങ്ങോട്ടുമുണ്ടെന്ന
ചോദ്യങ്ങൾ
ഉത്തരങ്ങളായവിടെ പല്ലിളിക്കും
ജീവിക്കാനുള്ള തിരക്കിൽ ജീവിതം
മറന്നു പോയതാണെന്ന്
ഓർമ്മവരും.

പാതിയില്ലാതെ
ഞാൻ മുഴുവനാകുന്നില്ല
എന്ന സത്യത്തെ
ഏകാന്തത പഠിപ്പിച്ചു തരും.
ആരൊക്കെയുണ്ടായിട്ടും
ആരുമില്ലാത്തവരായി അലയും.
എന്നിട്ടും
സന്തോഷത്തിലാണെന്നഭിനയിക്കും
ഉറക്കമില്ലാത്ത
വീർത്ത കൺപോളകൾ നോക്കി
ആരൊക്കെയോ നെടുവീർപ്പിടും
ഒറ്റയ്ക്കങ്ങനെയുള്ള തന്നെ
തന്നത്താൻ മടക്കും.

കുഞ്ഞുങ്ങളെയോർത്ത്
തോൽക്കുന്നുവെന്ന്
ചുമ്മാ കള്ളം പറയും.
ഒറ്റയ്ക്കായെന്ന ബോധത്തെ പോലും
അത്രമേൽ വെറുത്തുവെന്ന്
പരസ്പരം കാതിൽ പറയാൻ
കരുതി വെയ്ക്കും.

തിരിച്ചറിവിന്റെ നിറവിൽ
പരാതികളോടൊക്കെയും
പാതി ക്ഷമിക്കും
മറുപാതി പൊറുക്കും.
ഇരുവരും പരസ്പരം
നോക്കിയിരുന്ന്
കണ്ണീരുകൊണ്ട് കവിതയെഴുതും
സ്വയം തിരുത്തിയാൽ
നിനക്ക് കൊള്ളാമെന്ന്
തന്നെത്താൻ പറയും.

പിന്നീടുള്ള കാലമാണത്രെ
മധുരതരമായത്.
കാണാതെ കാണാൻ പഠിക്കും
കേട്ടുകൊണ്ടേയിരിക്കും
മിണ്ടിക്കൊണ്ടേയിരിക്കും
തീവ്രമായി ഹൃദയത്തെ
തൊട്ടുകൊണ്ടേയിരിക്കും
പിന്നീടൊരിക്കലും
വറ്റാൻ സമ്മതിക്കാതെ
കലഹംകൊണ്ടുപോലും
പ്രണയിച്ചുകൊണ്ടേയിരിക്കും.
മരണംവരെ. ■

അപ്പോൾ...

ജീവിതത്തിന്റെ
കയ്പ്പ്രുചിയുടെ
അളവ് കൂടുന്നതിന്
അടുക്കളയിലെ
പഞ്ചസാരപാത്രത്തിനോട്
പരിഭവിക്കുമ്പോഴാണ്
ഇളയ കുഞ്ഞുണർന്ന്
കരയുക.
ആ വീട്ടിലെ
മുഷിഞ്ഞ നോട്ടങ്ങൾ
പോലുള്ള കണ്ണല്ല
ആ കുഞ്ഞിന്റേതെന്ന്
അറിയുന്നതുകൊണ്ടാവണം
അവൾ അവളെ
സ്നേഹിക്കുന്നതുപോലെതന്നെ
ആ കുഞ്ഞിനെ
സ്നേഹിച്ചത്.

കിണറ്റുകരയിലേക്ക്
ഒറ്റയ്ക്ക് ചെന്നിരുന്ന്
ആകാശത്തേക്ക്
നിർവികാരതയോടെ
കൂടെ കൂടെ എത്തിനോക്കുന്ന
ഒരു നിഴലിനെ

ഇന്ന് കാണാനില്ലെന്ന
അതിശയം പറഞ്ഞുകൊണ്ട്
വലിയ ആ പ്ലാവ്
ഇലകളെ പൊഴിച്ചുകൊണ്ട്
നെടുവീർപ്പയയ്ക്കുന്നത്
ജനലിലൂടെ നോക്കിയിരുന്ന്
കാറ്റങ്ങനെ
തേങ്ങിക്കൊണ്ടേയിരുന്നു.

ഏറെ തിരക്കുകൾക്കിടയിലും
പരിഭ്രാന്തിയുണർത്തുന്ന
പഴയ ആ
കുളിമുറിയിലൊളിഞ്ഞിരുന്ന്
തന്റെ നഗ്നതയെ ആസ്വദിക്കുന്ന
വലിയ പല്ലികളെ
വെള്ളമെറിഞ്ഞ്
ശകാരിക്കാൻ മാത്രമവൾ
മറക്കാറില്ലായിരുന്നുവത്രെ.

വലിയ ആ വീട്ടിൽ
തനിച്ചായി പോയവളുടെ
വിലാപങ്ങൾ ഇപ്പോഴും
ഈ മാറാലക്കോലിൽ
തങ്ങിനിൽക്കുന്നുണ്ട്.

ഇറയത്തെ
എറുമ്പിൻ കൂട്ടത്തിലേക്ക് കയറിനിന്ന്
വേദനയെ ഇരന്നു വാങ്ങാൻ
അവളെപ്പോഴും ഇരയായി
കൊണ്ടിരിക്കുന്നതെന്തിനെന്ന് മാത്രം.
അവളുടെ ഇമകളിൽ
എപ്പോഴും തങ്ങിനിന്നിരുന്ന
ആകാശത്തിന്
മനസ്സിലായിരുന്നില്ലത്രെ.

അകത്തെ മുഷിഞ്ഞ വാക്കുകളെ
നേരിടാൻ അവൾ അവൾക്കു മാത്രം
കേൾക്കാനായി
പതിഞ്ഞ ശബ്ദത്തിൽ
നിരന്തരം ഇമ്പത്തോടെ
പാടിക്കൊണ്ടേയിരുന്നെന്ന്
അകത്തളത്തിലെ
ചുവന്ന ചെറിയ പാവ
അതിന്റെ കണ്ണുകളാൽ
നിസ്സഹായതയോടെ
പറഞ്ഞുകൊണ്ടിരുന്നു.

എഴുതുന്ന ഓരോ വരിയിലും
തന്നെ പൊതിഞ്ഞുവെച്ച്
ഒരിക്കലും തുറക്കാനാവാത്ത
ജാലകപ്പുറത്തെ
അരണ്ട വെളിച്ചങ്ങളെ
നോക്കിയവൾ
വ്യസനത്തോടെയിരുന്നെന്ന്
അവളുടെ ചായക്കൂട്ടുകൾ
ഒരലർച്ചയോടെ
പതം പറഞ്ഞു
കരഞ്ഞു.

അടുക്കളയിലെ
കരിഞ്ഞ റൊട്ടികളും
കറിച്ചട്ടിയിലെ
ഉടഞ്ഞ കഷ്ണങ്ങളും
വിശപ്പില്ലെങ്കിലും ഭക്ഷിച്ച്
അവൾ ഇത്രകാലം
മരിക്കാതിരുന്നുവത്രെ.

ഇരുട്ടിൽ തെളിയുന്ന
വെളിച്ചത്തെ കണ്ടിരിക്കാൻ

അവളേറെ ഇഷ്ടപ്പെട്ടിരുന്നു
എന്നു പറഞ്ഞാണ്
അവളുടെ ഓർമ്മകളിലേക്കെന്നു
മൊഴിഞ്ഞ്
തികഞ്ഞ നിസ്സംഗതയോടെ,
അവനാദ്യമായി
തിരികൾ കത്തിച്ചുവെച്ചത്.

അപ്പോൾ...
സ്വയമെരിയുമ്പോഴും
ചുറ്റും പ്രകാശം നൽകുന്നത്
ഞാൻ മാത്രമല്ലെന്ന
ആശ്വാസനോട്ടമായിരുന്നു
അതെന്ന്....
ആ വീട്ടിലെ
ഓരോ ഗന്ധത്തിനുമറിയുമെന്ന്
പുകഞ്ഞ്...
അതിലൊന്ന് പിടഞ്ഞു കെട്ടു. ■

ക്ഷമാപണം

എവിടെയോ
നീയുണ്ട്.
ഈ കാറ്റ് ഒരു തേങ്ങലോടെ
അതെന്നോട് പറയുന്നുണ്ട്.

അകലെ
മഞ്ഞുമലകളിലേക്ക് നോക്കി
ഞാനതിനെ
കേൾക്കുന്നില്ലെന്ന് നടിച്ചുകൊണ്ട്
ജീവിതത്തെ നോക്കി
വികൃതമായ ഒരു ചിരി സമ്മാനിച്ചു.
അപ്പോൾ
മഞ്ഞുപെയ്യാൻ തുടങ്ങി.
എന്നെ തിരഞ്ഞലഞ്ഞവന്റെ കോപം
എന്നെ സ്പർശിച്ചു തുടങ്ങി.
എന്റെ സ്പർശം കൊണ്ടലിയുന്ന
ആ കോപത്തെ
കൈവെള്ളയിൽ മുറുകെപ്പിടിച്ച്
ഞാനപ്പോൾ
ജീവിതത്തിനോട് ചിരിച്ചു.
ഏറ്റവും മനോഹരമായി തന്നെ.

സൂര്യനന്നേരം
എന്റെ കണ്ണുകളിലേക്ക്

മരങ്ങളുടെ ഇടയിലൂടെ
തണുത്ത പ്രകാശത്തെ വിതറി
ഞാൻ
ഓരോ ഇലകളിലും
ഒരായിരം ക്ഷമാപണം എഴുതിയിട്ട്
സഞ്ചരിച്ച വഴികളിലൊക്കെയും
വിതറാൻ കരുതിവയ്ക്കുന്ന
തിരക്കഭിനയിച്ചുകൊണ്ടേയിരുന്നു.

അറിയാം
നീ എവിടെയോ ഉണ്ട്.
ഏറ്റവും ക്ഷുഭിതനായി
അക്ഷമയോടെ
എന്നെ കാത്തിരിപ്പുണ്ട്.

ആ അറിവാണ് എന്റെ കാഴ്ച...
എന്റെ കേൾവി..
എന്റെ വാക്ക്...
എന്റെ എഴുത്ത്...
ഞാൻ. ■

ആരുണ്ട്?

"പകരമെന്തെന്നോ...
ഖദീജയ്ക്ക് പകരം
ഖദീജ മാത്രം."

പ്രണയത്തിന്റെയും
കാരുണ്യത്തിന്റെയും
പുതപ്പിട്ടെന്നെ മൂടാൻ
മറ്റാർക്കുമായിട്ടില്ല.
ഖദീജയേക്കാൾ നല്ലത്
അല്ലാഹു എനിക്ക്
നൽകിയിട്ടുമില്ല.
അല്ലാഹു അത്രമാത്രം ഹൃദയത്തിൽ
കുടിയിരുത്തിയവരാണവർ.

ജനം എന്നെ
തള്ളിപ്പറഞ്ഞപ്പോൾ
ഖദീജയെന്നെ സ്വീകരിച്ചു.
ജനം എന്നെ
കള്ളനാക്കിയപ്പോൾ
അവരെന്നെ സത്യവാനാക്കി.
ജനം എനിക്ക്
ധനം വിലക്കിയപ്പോൾ
അവരെനിക്ക് ധനം തന്നു.
ഖദീജയെപ്പോലെ ആരുണ്ട്?

റബ്ബിന്റെയും ജിബിരീലിന്റെയും
സലാം ലഭിച്ചവളാണവർ
കഷ്ടതകളെ അനുഗ്രഹമായി
കണ്ടവരാണവർ.
എന്റെ ഖദീജയെപ്പോലെ
ആരുണ്ട്?

അതേ റസൂലേ...
"ഖദീജയ്ക്ക് പകരം
ഖദീജ മാത്രം." ■

നോമ്പ്

നിന്നോടുള്ള പ്രണയത്താൽ
അന്നപാനീയങ്ങളുപേക്ഷിച്ച്
മൗനത്തിന്റെ മണമുള്ള
തസ്ബീഹ് മണികളിൽ
നിരന്തരം നിന്നെ സ്പർശിച്ച്
കണ്ണടച്ചിരുന്ന് നിന്നെ കണ്ട്.
നിന്റെ വാക്യങ്ങളിൽ വിരലോടിച്ച്
എന്നെ മണക്കുന്ന സുജൂദു[1]കൾ
നിന്നിലേക്കർപ്പിച്ച് ഞാനിന്ന് മുഴുവൻ
നിന്നിലായിരിക്കുന്നു.

ആകാശത്തിലെ ചുവപ്പ് മാഞ്ഞുകൊണ്ടിരിക്കെ
ഒരു കാരയ്ക്കകൊണ്ട് നിന്നെ ഞാൻ
ചുംബിക്കുന്നതുവരെ
നീ നിന്നെ എന്നിൽ
തിരഞ്ഞുകൊണ്ടേയിരിക്കുക.

എന്റെ നോമ്പുകൾ നിനക്ക് കണ്ടില്ലെന്ന്
നടിക്കാനാവില്ലല്ലോ എന്നൊരു ഗൂഢസ്മിതം
എന്നോടൊപ്പം
മൂന്ന് തുണിയിൽ പൊതിഞ്ഞുകൊണ്ട്
നിന്നിലേക്കെത്തുംവരെ നീ സഹിച്ചേക്ക്.
"യാ അല്ലാഹ്." ■

---

1. സുജൂദ് = ഒരു പ്രാർത്ഥനാരീതിയാണിത് (ദൈവത്തോടുള്ള സമ്പൂർണ്ണ സമർപ്പണത്തെയും ഭക്തിയെയും സൂചിപ്പിക്കുന്ന)

മൂന്നാമൻ

തുറന്നു പറയുമ്പോൾ
ഒന്നും ഒളിച്ചു വയ്ക്കരുതെന്നാണല്ലോ.
എന്നോട് പ്രണയം പറഞ്ഞവരുടെ
എണ്ണമെടുക്കുകയാണ് ഞാൻ.

ഒന്നാമൻ എന്നേക്കാൾ
ഇളയവനായിരുന്നു
"നിന്നെ എനിക്കെന്തിഷ്ടമാണ്."
ഒരു പെരുമഴയത്ത്
എന്റെ കുടക്കീഴിൽ
നിന്നെന്റെ കൈയ്യിലമർത്തി
ചുംബിച്ചുകൊണ്ടാണത്
പറഞ്ഞത്.
മഴ നനഞ്ഞോടിയെത്തിയ
ആ കുട്ടിയെ
അവന്റെ വീട്ടിലെത്തിക്കാൻ
എന്നെ പറഞ്ഞയച്ച
ഉമ്മിയോട് ഇതുവരെ
ഞാനത് പറഞ്ഞിട്ടില്ല.
അന്ന് തിരികെ വരുമ്പോൾ
കുടമടക്കി വെച്ച് പെരുമഴയത്ത്
കുളക്കരയിലെ അലക്കുകല്ലിലിരുന്ന്
ആ കൈ എത്ര തവണ
കഴുകിയെന്ന് ഞാനെണ്ണം വെച്ചില്ല.

ഒന്നുറപ്പാണ്
അന്നാണ് ഞാനെന്റെ
പ്രതിബിംബത്തെ
കണ്ണാടിയിൽ തൊട്ട്
നോക്കിയുറപ്പു വരുത്തിയത്.

രണ്ടാമൻ അമ്പലത്തിലെ
പൂജാരി ചെക്കനായിരുന്നു
ചന്ദനം മണക്കുന്ന
ആ സുന്ദരനോട്ടം
ഇന്നും മനസ്സിലുണ്ട്.
ചെമ്പരത്തിപ്പൂക്കളിറുത്ത്
ഭക്തിയോടെ അവനു നീട്ടുമ്പോൾ
"നിന്നെ എന്ത് ഭംഗ്യാ...
നമുക്ക് കല്യാണം കഴിക്ക്യാ."
എന്നൊരൊറ്റ പറച്ചിലോടെ
എന്നെ പതറിച്ചവനെ
പിന്നീട് കാണുമ്പോഴൊക്കെ ഞാൻ
ജാലകവിരിക്കുള്ളിൽ ഒളിച്ചിരുന്നു.

മൂന്നാമൻ അവനായിരുന്നു
പറയാതെ പറഞ്ഞ്
എന്നും കൂടെയുണ്ടായിരുന്നൊരാൾ
ഓർമ്മകളുടെ വിഷചഷകം
എനിക്കുനേരെ നീട്ടി
അവനിന്നും എന്നെ
കൊന്നുകൊണ്ടിരിക്കുന്നു
ആഗ്രഹിക്കുമ്പോഴൊക്കെ
മുന്നിൽ വന്നിട്ടും
രക്ഷകന്റെ വേഷം കെട്ടിയിട്ടും
ഞാനവനെ കണ്ടില്ല
ഇടവഴിയിൽ
ഒപ്പം നടന്നെന്നെ ജയിക്കാതെ
തോല്പിച്ചവനാണവൻ.

കുളക്കരയിൽ നിൽക്കുന്ന
ഗന്ധരാജപ്പൂവിറുക്കാതെ
അതിലെന്റെ പേരെഴുതിയിട്ടയിതളുകളിൽ
ചുംബിച്ച്
"നിനക്കെന്ത് മണമാ പെണ്ണേ"
എന്ന് പറഞ്ഞെന്നെ
അരിശം പിടിപ്പിച്ചവനോട്
മൗനം പാലിച്ചതെന്തിനാണെന്ന്
ഇന്നും ഞാനെന്നോട്
പരതുന്നുണ്ട്.

നാലാമൻ എന്നേക്കാൾ വളരെ
മൂത്തവനായിരുന്നു.
തോട് മുറിച്ച് കടക്കുമ്പോൾ
മദ്രസ കഴിഞ്ഞ്
കൂട്ടുകാരികളോടൊപ്പം വരുമ്പോൾ
"ഇവളേ..."
എന്നെന്നെ നീട്ടി വിളിച്ച്
ആർദ്രതയോടെ നോക്കുന്ന
അവനെന്നോട്
"അത്രമേലിഷ്ടമാണ്" എന്ന്
നിരന്തരം പറഞ്ഞിരുന്നു.
ഒരുപക്ഷേ...
കടല് കടന്നുപോയ അവനെ
ഒരു കഥാപുസ്തകം തിരയുന്ന
കുഞ്ഞിന്റെ മനസ്സോടെ
ഞാൻ വെറുതെ
കാത്തിരുന്നിട്ടുണ്ട്.

പുതിയ വീട്ടിൽ താമസിക്കുമ്പോൾ
ഞാൻ കൗമാരത്തിലെത്തിയിരുന്നു.
അഞ്ചാമൻ അയൽക്കാരൻ പയ്യൻ
എന്റെ വിദ്യാലയംവരെ
വണ്ടിയോടിച്ചു കൂടെ വരും.

"നിന്റെ മുടി എന്ത് രസാ കാണാൻ"
എന്ന വാക്കിനോട്
ഒരിക്കൽപോലും
ഒരു നോട്ടം കൊണ്ട്
കൂട്ടിമുട്ടാതിരിക്കാൻ
ശ്രദ്ധിച്ചതിൽ ഞാൻ വിജയിച്ചു.

ആറാമൻ എന്റെ പാഠശാലയിൽ
മുതിർന്നവനായിരുന്നു.
എന്റെ കവിതകളെ
വായിക്കാൻ ആദ്യമായി
കൊതി കാണിച്ചത്
അവനായിരുന്നു.
മൂന്നാമന്റെ മരണമുറിവിൽ
പിടഞ്ഞ
എന്റെ കണ്ണുകൾ
ചിത്രങ്ങളിൽ ഈറനണിഞ്ഞത്
കണ്ടുപിടിച്ച്
"എന്തിനാ കരഞ്ഞേ"
എന്ന് ചോദിച്ചതും
ആ ചിത്രത്തെ കുറച്ച്
കാലമെന്നിൽനിന്നെടുത്ത്
സൂക്ഷിച്ചതും അവനായിരുന്നു
എന്റെ ചെവിയെക്കുറിച്ചും
കഴുത്തിനെ കുറിച്ചും
അവനാവർത്തിച്ചു
പറയുന്നതുകേട്ട്
പരുങ്ങി നിന്ന്
പ്രണയപ്പെടാൻ ഭയന്ന്
ഞാനവിടെ നിന്നും ഓടിയൊളിച്ച്
എന്റുമ്മിയുടെ മടിയിൽ കിടന്ന്
അവനെക്കുറിച്ച്
മതിവരാതെ പറഞ്ഞിരുന്നത്
എനിക്കിപ്പോഴുമോർമ്മയുണ്ട്.

ഓർമ്മയിലേക്ക് ഒരു താജ്മഹൽ
സമ്മാനിച്ച് അവനും
എന്നിൽനിന്ന് മറഞ്ഞുപോയി.

ഏഴാമൻ ഭാഗ്യവശാൽ
എന്റെ ഭർത്താവാണ്.
“എന്നെ ഇഷ്ടമുണ്ടോ
എത്രയിഷ്ടം?”
എന്ന് നിരന്തരം ചോദിച്ച്
ഞാനാണദ്ദേഹത്തെ
പ്രണയിക്കുന്നത്.
എന്റെ കൈകളിൽ ചുംബിച്ച്
നിന്നെ എന്ത് ഭംഗിയാണെന്നാവർത്തിച്ചു
പറഞ്ഞെന്നെ
മണത്ത്
എന്റിവളേ.... യെന്ന്
നീട്ടി വിളിച്ച് എന്റെ മുടിയിൽ
തലോടിയെന്നെയുറക്കുമ്പോൾ
മൂന്നാമൻ സ്വപ്നത്തിൽ
വന്നെനിക്ക് ഗന്ധരാജപ്പൂക്കൾ തരും
ഞെട്ടിയുണരുന്ന എന്നോട്
“എന്തിനാ കരഞ്ഞേ”
എന്നദ്ദേഹം ചോദിക്കും
എനിക്കെഴുതാൻ
പേനയും കടലാസും വാങ്ങിത്തരും.

ഒരു നോക്കുപോലും കാണാത്ത
എട്ടാമൻ
ഏറ്റവും പ്രണയത്തോടെ
എന്നെ കാത്തിരിപ്പുണ്ട്.
ഏറെ കരുതലോടെ.
നീയില്ലാതെ വയ്യ
എന്ന് പിറുപിറുത്തുകൊണ്ട്.
എന്റെ ശ്വാസത്തിൽ
നിറഞ്ഞു നിറഞ്ഞ്.

അതിശയമിതാണ്.
അവന് മൂന്നാമന്റെ സ്വരമാണ്.
ഗന്ധരാജയുടെ മണമാണ്.
ആ നെഞ്ചിലെ മിടിപ്പിൽ
എന്റെ പേരാണ്
പക്ഷേ...
അവനൊരിക്കലും എന്റേതല്ല
മറ്റാരുടെയൊക്കെയോ സ്വന്തമാണ്.
ഞാനതെത്ര പറഞ്ഞിട്ടും കേൾക്കാതെ
പൂക്കളോട് കയർത്ത്
എന്നെ തിരഞ്ഞുകൊണ്ടവൻ
ആകാശത്തേക്ക് നോക്കി നെടുവീർപ്പയയ്ക്കും.
എന്റെ പേരുറക്കെ വിളിക്കും.
ഞാനന്നേരം എന്റെ ഭർത്താവിന്റെ
വിരലിൽ ചുംബിച്ച് ചോദിക്കും,
"ചിയുട്ടാ എന്നോടെത്രയിഷ്ടമുണ്ട്?"

അപ്പോൾ മൂന്നാമൻ
കാറ്റായി വന്ന് എന്നെ തൊട്ടു പറയും
"വാവേ... കൊറേ... കൊറേയിഷ്ടം."
എന്റെ കണ്ണുകൾ
വീണ്ടും നിറഞ്ഞൊഴുകും.
അപ്പോഴദ്ദേഹം ചോദിക്കും
"എന്തിനാ കരഞ്ഞേ?"
ഞാനപ്പോൾ ചിരിക്കും
ഒരിടത്തും പ്രണയപ്പെടാതെ
ഞാൻ ജീവിച്ചതിലഭിമാനിക്കും.
എട്ടാമൻ എന്നെ മറന്ന്
കളഞ്ഞേക്കണേയെന്ന് പ്രാർത്ഥിക്കും.
മൂന്നാമൻ അപ്പോഴുറക്കെ ചിരിക്കും.
ആ ചിരി കേട്ട് ഗന്ധരാജച്ചെടികൾ
ഭ്രാന്തെടുത്ത് പൂക്കും.
നേരം പുലർന്നതറിയാതെ
ഞാനദ്ദേഹത്തിന്റെ നെഞ്ചിലേക്ക്
പറ്റിച്ചേർന്നുറക്കം നടിക്കും. ■

അതിജീവിതം

പേടിയാകുന്നുണ്ടെനിക്ക്
ഇന്ന് പിരിഞ്ഞാൽ
നമ്മൾ തമ്മിലിനി
കാണുമോയെന്ന്.

ഈ പ്രേതനഗരത്തിൽ നാം
പ്രണയിക്കാൻ മറന്നില്ലല്ലോ.
നീ ധൈര്യമായിരിക്ക്.

ഹമീം...
എനിക്ക് മനസ്സിലാവുന്നില്ല
സാങ്കേതികവിദ്യകളുടെ
അറ്റം മുട്ടിയവർ
കല്ലും കവണയും കൊണ്ട്
പ്രതിരോധിക്കുന്ന നമ്മളെ
എങ്ങനെയായിരിക്കും
തുലനം ചെയ്യുന്നതെന്ന്.

സ്വന്തം ഭൂമിയിൽ
ക്രൂരമായി കൊല്ലപ്പെടുന്നത്
എനിക്ക് സഹിക്കാനാവുന്നില്ല ഫിദ.
പതിറ്റാണ്ടുകളായുള്ള
സഹനത്തിന്റെ
ആവർത്തനങ്ങളിൽ ഇന്ന്
കുഞ്ഞുങ്ങളാണ് ഇര.
കാരണം അവർക്കറിയാം

ചെറിയ ശവമഞ്ചങ്ങൾക്കാണ്
ഭാരം കൂടുകയെന്നതിനെ.

പിഞ്ചുകുഞ്ഞുങ്ങളെ
കൊല്ലുന്നവർക്ക്
ഏത് സ്വർഗ്ഗരാജ്യമാണ്
വാതിൽ തുറന്നു കൊടുക്കുക.
എന്നതോർത്ത് എനിക്ക്
ഉറക്കമേയില്ലയിപ്പോൾ.
ആ കുഞ്ഞു ഷുഹദാക്കൾ
നമ്മുടെ വീടിന്
മുകളിലൂടെ ചിറകുവിരിച്ച്
പറക്കുന്നത് സ്വപ്നം
കണ്ടുണർന്ന്
ഞാനെന്തുറക്കെയാണെന്നോ
കരയുന്നത്.

മാതൃരാജ്യത്തിനെയാണ്
വാഗ്ദത്തഭൂമിയായി
നാം കാണുന്നത്.
പ്രാർത്ഥിക്കാൻ പോലും
അവസരം നിഷേധിക്കുന്നുവെന്നവർ
ഉള്ളിൽ ചിരിക്കുന്നുണ്ടാകും.
അല്ലാഹുവിന്റെ കാരുണ്യത്താൽ
വേണ്ടതിലേറെ ധൈര്യം
നമുക്കുണ്ടെന്നും
പരലോകത്ത് ഇവിടെ
നിഷേധിക്കപ്പെട്ടതിനേക്കാൾ
മനോഹരമായ രാജ്യമുണ്ടെന്നും
ആ മണ്ടന്മാർ
ഇനിയും മനസ്സിലാക്കിയിട്ടില്ല.

ഹമീം...
നാം ഇവിടെ ജനിച്ചതാണോ
ഈ മതത്തിൽ ജനിച്ചതാണോ
കൂടുതൽ പ്രശ്നമായത്?

ഓഹ്... ഫിദാ
ഇതിനെ മതസംഘർഷമായി
മനസ്സിലാക്കുന്നത്
ചരിത്രനിരാസമാണ്.
ആധുനികകാലത്ത് നടന്ന
ആസൂത്രിതമായ
കുടിയേറ്റത്തിന്റെ ചരിത്രമാണിത്.
പിറന്ന മണ്ണിൽ നിന്ന്
പറിച്ചെറിയപ്പെടുന്ന
ഒരു ജനതയുടെ
അതിജീവന സമരമാണിത്.
സ്വന്തം മണ്ണിൽ
അഭയാർത്ഥികളാക്കി മാറ്റപ്പെട്ട
ഒരു ജനത
ജീവിക്കാൻ ശ്രമിക്കുന്നതാണിത്.
ഭയപ്പെടാത്ത നമ്മളെ
ഓരോ അരികുകളിലും
കൊണ്ടെത്തിച്ച്
തള്ളിയിടുകയാണെന്ന്
തിരിച്ചറിയുമ്പോൾ
കല്ലുകൊണ്ടെങ്കിലും ശബ്ദിക്കുന്നത്
എങ്ങനെ തീവ്രവാദമാകും?
രാജ്യം നിഷേധിക്കപ്പെട്ട
ജനങ്ങളോടുള്ള ഈ
മനുഷ്യാവകാശ ലംഘനം
മതമല്ലിത്... രാഷ്ട്രീയമാണെന്ന്
നീ തിരിച്ചറിഞ്ഞു വെയ്ക്കണം.

എങ്കിലും ഹമീം...
നമുക്ക് എവിടെയെങ്കിലും
ഒതുങ്ങി ജീവിക്കാം.
എനിക്ക് നീയില്ലാതെ
ഒരു നിമിഷം പോലും
ഓർക്കാൻ വയ്യ.

സ്വന്തം മണ്ണിൽ നിന്ന്
ആട്ടിയോടിക്കപ്പെട്ട ജനത
എങ്ങോട്ടാണ് പോകേണ്ടത്?
എന്റെ പ്രിയപ്പെട്ടവളേ...
മൗനം ഇവിടെ ലജ്ജയാണ്
ഏറെ കുറ്റകരവുമാണ്.

അതെങ്ങനെ?

അതോ
നാമിപ്പോൾ നിശ്ശബ്ദരായിരുന്നാൽ
നമ്മുടെ കുഞ്ഞുങ്ങളെയും
ഒരു വെളുത്ത തുണിയിൽ
പൊതിഞ്ഞുപിടിച്ച്
പൊട്ടിക്കരയാൻ മറന്ന്
നാം നിൽക്കുന്നത്
ഒന്നോർത്ത് നോക്ക്.

“യാ അള്ളാഹ്...”
അനീതിയുടെ ഈ മഴയെ
നോക്കിയിരിക്കാതെ
പ്രതിരോധത്തിന്റെ കുടപിടിക്കാൻ
നീയാ നായകനെ
എന്നാണയയ്ക്കുക?
എത്രകാലമായി വഴിക്കണ്ണുകളുമായി
ഓരോ പാതയോരങ്ങളിലും
ഞങ്ങൾ കാത്തിരിക്കുന്നത്.

ഫിദാ... ആ കണ്ണീര് തുടച്ചേക്ക്
ധൈര്യമായിരിക്ക്.

“നമ്മുടെ നാഥൻ
നമ്മെ കൈവിട്ടിട്ടുമില്ല.
വെറുത്തിട്ടുമില്ല.”

ഹമീം... വിസ്തൃതി
കൂടേണ്ടിയിരുന്നത്

മണ്ണിനായിരുന്നില്ല
മനസ്സുകൾക്കായിരുന്നു
എന്ന് തോന്നുന്നതിൽ
പിഴവുണ്ടോ?

നീ ആ ചായ മുഴുവൻ
കുടിച്ചില്ലല്ലോ.
എനിക്ക് പോകാൻ സമയമായി.
അതിനു മുമ്പ്
നീ നിന്റെ ഈ മെല്ലിച്ച വിരലുകൾ
കൊണ്ടെന്റെ മുടിയിഴകളിൽ
ഒന്ന് സ്പർശിക്കണം.
ചുട്ടുപഴുത്ത ചുംബനങ്ങൾ
സ്വർഗ്ഗത്തിലേക്ക് ഞാൻ
നീക്കി വെച്ചിട്ടുണ്ട്.
ഭൂമിയിലൊരുമിച്ചില്ലെങ്കിൽ
ഞാനതവിടെ വെച്ച് തരും.
എന്റെ മരണവാർത്തയറിഞ്ഞാൽ
നീയുറക്കെ കരയരുത്.
പക്ഷേ...
എന്റെ ഖബറടക്കത്തിനുശേഷം
രാത്രികളിലിടയ്ക്കിടെ
ആകാശത്തേക്ക് പാളി നോക്കാൻ
മറക്കരുത്.
ഞാനവിടെ കാത്തിരിക്കും.

ഹമീം...
ധൈര്യമായിരിക്ക്.
ഞാൻ കൂടെയുണ്ട്
അള്ളാഹു നമ്മുടെ കൂടെയും.

ഞാനിവിടെനിന്നെണീറ്റ്
തിരിഞ്ഞുനോക്കാതെ നടക്കും
നീ പിൻവിളിക്കരുത്.
വീണ്ടും കാണാം.

ഇൻശാ അള്ളാഹ്...

ഇൻശാ അള്ളാഹ്... ■

ആജ്ഞ

അറിയാം
നീയിതും വായിക്കുമെന്നും
ചുണ്ടിലെ ഒരു കോണിൽ
പുച്ഛം വിരിയിച്ചുകൊണ്ട്
ചുരുട്ടിയെറിയുമെന്നും.

നിന്നേക്കാൾ
എനിക്ക് എഴുതാനാവില്ലെന്ന ബോധം
നിനക്കുണ്ടെന്ന്
മറന്നു പോകുന്നവളെ
ഓർമ്മയിൽ നിന്ന്
നീ ചുരുട്ടിയെറിഞ്ഞേക്കുക.
എന്റെയീ അപേക്ഷയിലെ
ആജ്ഞയെ
ചുരുട്ടിയെറിയാൻ
നിനക്ക് കഴിയില്ല.

പക്ഷേ... ഒരിക്കൽ
എന്നിലൂടെ
നിന്നെ വായിക്കാനായി
യാചിച്ച്
കെഞ്ചരുത്
മഷിക്കുപ്പിയിൽ കുതിർക്കാനിട്ടുവെച്ച
എന്റെ പേന
വാക്കുകളെയെല്ലാം
അന്നാണ് ദൂരേയ്ക്ക്
ചുരുട്ടിയെറിയുക. ■

അർത്ഥങ്ങൾ

പിരിഞ്ഞുവെന്നാൽ
സ്നേഹിച്ചിരുന്നു
എന്നാണർത്ഥം.

ഒരിക്കലും കൂടിച്ചേരില്ലെന്ന
ഉറപ്പിലേക്ക്
കാലമെത്തപ്പെടുമ്പോൾ
സഹിച്ചതിന്റെയും
സഹിക്കപ്പെട്ടതിന്റെയും
കണക്കുകൾ നിരത്തപ്പെടും.
വാക്കുകളുടെ തീ പ്രഹരമേറ്റ്
പൊള്ളിയടർന്നാലും
പിടിച്ചുനിൽക്കും.
ഏതൊരു തിരയ്ക്കും
മായ്ക്കാനാവാത്ത
അടയാളങ്ങൾ
ജീവിതത്തീരമേറ്റുവാങ്ങി
കഴിഞ്ഞെന്ന്
പരസ്പരം പുലമ്പും.

അപമാന ഭാരങ്ങൾ
പിന്നീട്
അഭിനന്ദന ഹാരങ്ങളാകും.
സ്വന്തം തീരുമാനങ്ങളോട്
ആത്മനിന്ദ തോന്നാത്ത
പുലരികളോട്

മുമ്പത്തേക്കാൾ
സ്നേഹം തോന്നുമത്രെ.

ഹൃദയം
ഒരു ശ്മശാനമാകുമെങ്കിലും
ആ നിശ്ശബ്ദതയും ഭയവും
പിന്നീട് നമ്മെ
ജീവനോടെയിരിക്കുന്നതിന്റെ
മഹത്വം പഠിപ്പിക്കും.
അപ്പോഴാണ് തിരിച്ചറിയുക
ജീവിച്ചിരുന്ന ഒരു ശവമായിരുന്നു
ഞാനെന്ന്.

ഒരിക്കലും കണ്ടുമുട്ടാത്ത
അപരിചിതരായി
അഭിനയിച്ചു തളരുമ്പോൾ
അരുമയോടെ ഓമനിച്ചുവെച്ചിരുന്ന
ഓർമ്മകൾപോലും
വെറുപ്പിന്റെ മാറാലക്കൂട്ടിലേക്ക്
എറിയപ്പെടും.

എന്നിരുന്നാലും
പിരിഞ്ഞുവെന്നാൽ
സ്നേഹിച്ചിരുന്നു
എന്നുതന്നെയാണർത്ഥം. ■

വാക്ക്

ഇന്നേരമൊക്കെയും
വായിക്കാൻ
നിനക്ക് നേരമുണ്ടാകില്ല
എന്നറിയാം.

എങ്കിലും ഒരിക്കൽ
എന്റെ കണ്ണുകളിൽ
ഞാനെഴുതിയിട്ടുറങ്ങും
അത്രമേലിഷ്ടമാണ്
എന്നൊരു വാക്ക്.

എന്റെ
അടഞ്ഞ മിഴികളിൽ
നോക്കിയിരുന്ന്
നീയന്നതു മുഴുവൻ
വിതുമ്പി വായിക്കും. ■

www.ingramcontent.com/pod-product-compliance
Lightning Source LLC
LaVergne TN
LVHW060412051026
849518LV00007B/2518
9788197942020